பாரிஸ்

அரிசங்கர்

எதிர்
வெளியீடு

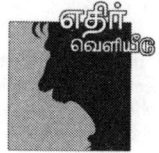

பாரிஸ்
அரிசங்கர்

முதல் பதிப்பு: நவம்பர் 2019
எதிர் முதல் பதிப்பு: ஜனவரி 2024

எதிர் வெளியீடு,
96, நியூ ஸ்கீம் ரோடு, பொள்ளாச்சி – 642 002
தொலைபேசி: 04259 226012, 99425 11302

விலை: ரூ. 250

Paris
Harisankar

First Edition: November 2019
Ethir First Edition: January 2024

Published by
Ethir Veliyeedu, 96, New Scheme Road, Pollachi – 2
email: ethirveliyedu@gmail.com
www.ethirveliyeedu.com

ISBN: 978-81-959664-6-2
Cover Design: Harisankar
Printed at Jothy Enterprises, Chennai.

All rights reserved. No part of this book may be reprinted or reproduced or utilised in any form or by any electronic, mechanical or other means, now known or hereafter invented, including photocopying and recording, or in any information storage or retrieval system, without permission in writing from the publisher.

சிலம்பரசன் நினைவுகளுக்கு...

துவங்கும்முன்...

ஆங்கிலேயர்களின் வெளியேற்றத்திற்கும், பிரெஞ்சுக்காரர்களின் வெளியேற்றத்திற்கும் ஏறக்குறைய ஏழாண்டுகால இடைவெளி இருந்துள்ளது. இந்தியாவின் மற்றபகுதி மக்கள் ஆங்கிலேயர்களை எதிர்கொண்ட விதத்திற்கும் பாண்டிச்சேரி மக்கள் பிரெஞ்சுக்காரர்களை எதிர்கொண்ட விதத்திற்கும் இடையே பல முரண்பாடுகள் உள்ளன. பாண்டிச்சேரியின் ஒருபகுதி மக்கள் பிரெஞ்சுக்காரர்களை முழுமையாக ஏற்றுக்கொண்டனர். பிரெஞ்சு வாழ்க்கை, கலாச்சாரம், பண்பாடு, மொழி, என பிரான்சின் ஆதிக்கம் பாண்டிச்சேரியில் அதிக அளவில் இருந்தது, இன்னமும் இருந்துகொண்டிருக்கிறது. பிரெஞ்சு படிப்பதை, பேசுவதை கௌரவமாகக் கருதுகின்றனர். இந்தியாவின் மற்ற எந்தப் பகுதிகளை ஆட்சிசெய்த ஆட்சியாளர்களின் கலாச்சார ஆதிக்கமும் இந்த அளவிற்கு இருந்ததில்லை. ஒருபகுதி மக்கள் முழுக்க பிரெஞ்சுக்காரர்களாகவே மாறி, வாழத் துடித்தனர். அவர்களின் சந்ததியினர் பலர் இன்றும் அவ்வாறு வாழத் துடித்துக்கொண்டிருக்கின்றனர். ஒருவழியாக 1954 இறுதியில் பாண்டிச்சேரி முழுமையாக இந்தியாவுடன் ஒன்றிணைந்தது. ஆனால், பலர் பிரெஞ்சுக்காரர்களுடன் பிரான்சுக்கே சென்றுவிடத் துடித்தனர். பலர் இணைப்பின்போது போகவும் செய்தனர். அவர்களுக்கு அந்த வாழ்க்கை பிடித்திருந்தது. பிரெஞ்சுக்காரர்களும் வருபவர்கள் தாராளமாக வரலாம் என்று பிரெஞ்சுக் குடியுரிமையை வழங்கினார்கள். அப்போதே சிலர் குடியுரிமையை வாங்கி வைத்துக்கொண்டனர். பலர் அதன் அருமையைத் தற்போது உணர்ந்து குடியுரிமையை வாங்காமல் விட்ட தங்கள் மூதாதையரை நொந்துகொண்டிருக்கின்றனர். ஆனாலும்,

அவர்களுக்கு இன்னும் ஒரு வாய்ப்பு இருக்கத்தான் செய்கிறது. அதைப் பயன்படுத்தி எப்படியாவது பிரான்சுக்கு சென்றுவிட வேண்டும் என்று ஒரு கூட்டம் துடியாய்த் துடித்துக்கொண்டிருக்கிறது.

இரவு அதீத ருசிகொண்டது. அதை ருசித்துப் பார்க்கும் ஆசை அனைத்து மனிதனுக்குள்ளும் ஏதோ ஒரு மூலையில் பற்றியெரியக் காத்திருக்கும் மீத்தேன்போல் தவித்துக்கொண்டிருக்கிறது. இரவின் அதீத ருசியை மனிதன் அனுபவித்து விடக்கூடாது என்பதில் கடவுளோ, சாத்தானோ, காலமோ, இவை மூன்றுமே கூடக் குறியாக இருக்கின்றன. இவை மூன்றும் ஒற்றுமையாக இருக்கும் ஒரே விஷயம் மனிதன் எக்காலத்திலும் நிம்மதியாக இருந்துவிடக்கூடாது என்பது தான். அப்படி அவன் மகிழ்ச்சியாக இருப்பதுபோல் ஒரு மாயத்தோற்றத்தைத் தேவைப்படும்போது உருவாக்கி அதன் போதையில் அவனைச் சுழலவைத்துத் தூக்கி எறிவதுதான் அதற்கு மிகவும் பிடித்த விளையாட்டு. மனிதன் தன் மனிதத்தைக் கழற்றியெரியும் போது, இரவு தன் வாசலை அவனுக்குத் திறந்துவிடுகிறது. அவன் மார்பில் ஒரு துளையிட்டுக் கூரான தன் நகத்தைக்கொண்டு அவன் இருதயத்தை உருவி வெளியே எறிந்துவிட்டு இரவின் மிருகம் அவனுள் மெல்ல ஊடுருவுகிறது. அதன் பிறகு அவன் இரவின் குழந்தையாகிவிடுகிறான்.

இரவின் குழந்தைகளுக்குப் பிடித்த உணவு காமமும், துரோகமும்.

1

சில நாட்களுக்கு முன்...

பாண்டிச்சேரி கடற்கரை முழுக்க திருவிழாபோல் அலங்கரிக்கப்பட்டிருந்தது. அது உள்ளூர்க் கோயில் திருவிழாபோல் அல்லாமல் ஓர் ஐரோப்பியத் திருவிழா போல் காணப்பட்டது. வழக்கமாகக் கடற்கரைக்கு வரும் உள்ளூர்வாசிகள் மிகக் குறைவாகவே காணப்பட்டனர். யார் வந்தாலும், போனாலும் கடலுக்கு மட்டும் எதுவுமே தெரியப்போவதில்லை. வரும் எவரும் கடலை நெருங்குவதேயில்லை.

கடற்கரை என்பது உண்மையில் கடற்கரையல்ல. அது ஒரு சாலை. கடற்கரை முழுக்கப் பெரும் கருங்கல்பாறைகள் நிறைந்திருக்கும். அதையொட்டியிருக்கும் சாலையே இவ்வூர் மக்களின் கடற்கரை. சாலை முழுக்க இளைஞர்கள் கூட்டம் நிரம்பியிருந்தது. மாலை முடிந்து இரவு தொடங்கியிருந்தது. வானம் பல வண்ணங்களால் குழைந்து மெல்ல மெல்ல வண்ணமேறி கடைசியில் கரிய நிறத்தை நோக்கி நகர்ந்துகொண்டிருந்தது. ஆனால், அதைப்பற்றியெல்லாம் கவலைப்பட வேண்டியதில்லை என்பதுபோல் சாலை முழுக்க வண்ண விளக்குகளால் அலங்கரிக்கப்பட்டிருந்தது.

சிகப்புத் தொப்பி போட்ட காவலர்கள் குறிப்பிட்ட தூர இடைவெளியில் சாலையின் இறுதிவரை நின்றிருந்தனர். அவர்களும் இந்தக் கொண்டாட்டத்தில் மூச்சடைத்துப் போயிருந்தனர். பார்க்கும் ஒவ்வொருவரும் கட்டியணைத்துக் கொள்வதும், முத்தமிட்டுக் கொள்வதும், அவர்களுக்கு ஆச்சரியமாகவும், கூச்சமாகவும் இருந்தது. அருகருகே இருந்த காவலர்கள் ஒருவர் முகத்தை ஒருவர் பார்த்துச்

சிரித்துக்கொண்டனர். சாதாரணமான நாட்களில் இவைகளுக்கெல்லாம் பொதுவெளிகளில் அனுமதியில்லை. பிரெஞ்சுக்காரர்கள் என்றால் கண்டுகொள்ளமாட்டார்கள். ஆனால், இப்போது பாண்டிச்சேரிவாசிகள் போலத் தோன்றுபவர்களே அவ்வாறு செய்துகொண்டிருந்தனர். அவர்கள் உடுத்தியிருந்த உடை, அணிந்திருந்த ஆபரணங்கள் என எல்லாமே வித்தியாசமாக இருந்தன. பிரெஞ்சு மற்றும் தமிழ் இரண்டும் கலந்தே பேசிக் கொண்டிருந்தனர்.

தீயணைப்புக் காவல்நிலையத்திலிருந்து ஆரம்பித்தக் கூட்டம் காந்தி சிலைவரை மிக நெருக்கமாக நகர்ந்துகொண்டிருந்தது. அதன் பிறகு பெரிதாக ஒன்றுமில்லை. பலர் கைகளில் கொத்தாக பலூன்களைப் பிடித்துக்கொண்டு அதை முன்னும் பின்னும் அசைத்துத் தங்கள் மகிழ்ச்சியை வெளிப்படுத்திக் கொண்டிருந்தனர். பலர் முகமூடி அணிந்தும், பலர் மாறுவேடம் அணிந்தும் சிறுவர்களுக்கு விளையாட்டுக் காட்டிக்கொண்டிருந்தனர். கூட்டம் அதிக அளவில் டூபிளக்ஸ் சிலையருகிலேயே இருந்தது. அதற்கடுத்த படியாக காந்திசிலை எதிரிலிருந்த மைதானத்தில் மக்கள் கூடியிருந்தனர். அங்கு இசைக் கச்சேரிக்கான ஏற்பாடுகள் நடந்துகொண்டிருந்தன. டூபிளக்ஸ் சிலையருகே வானவேடிக்கைக்கு ஏற்பாடாகிக் கொண்டிருந்தது.

முழுவதும் இருட்டத் தொடங்கியதும் வானவேடிக்கை ஆரம்பித்தது. பலப்பல வண்ணங்களைத் தூவி வானம் மின்னிக்கொண்டிருந்தது. ஒவ்வொரு வெடிக்கும், கூட்டம் ஆர்ப்பரித்துக்கொண்டிருந்தது.

ஜென்னி "ஹே..!" என்று கத்திக்கொண்டும் குதித்துக் கொண்டுமிருந்தாள். அவளுடன் ரஃபி, சார்லஸ் மற்றும் மதுமிதா ஆகிய நண்பர்களும் குதித்துக்கொண்டிருந்தார்கள். ஜென்னியும் ரஃபியும் மிக நெருக்கமாகவே காணப் பட்டார்கள். ஒருவர் கையை ஒருவர் கோர்த்துக்கொண்டும்,

எப்போது முத்தமிடலாம் என்றும் ஒவ்வொருமுறை அவர்கள் பார்த்துக்கொள்ளும்போது கண்களாலேயே கேட்டுக்கொண்டும் இருந்தனர். எங்கும் ஆரவாரம், கூச்சல் என்று சந்தோசமாக இருந்தது.

ரஃபி, யாரையோ பார்த்துக் கையசைத்தான். அவன் அருகில் வந்ததும் அவனுடன் கை குலுக்கிவிட்டு அவனை ஜென்னிக்கு அறிமுகம் செய்துவைத்தான்.

"ஜென்னி, இவன் என் பிரண்ட் சுந்தர்."

அவள் "ஹாய்" என்று சொல்லிவிட்டு அவனுக்குத் தன் கையை நீட்டினாள். அவன் தயக்கத்துடன் தன் கைகளை நீட்டிக் குலுக்கிவிட்டு அவர்களோடு சேர்ந்து கொண்டான்.

இவர்கள் குதித்துக்கொண்டிருப்பதையே வேடிக்கை பார்த்துக் கொண்டிருந்தான் அசோக். அத்துடன், தன் கண்களில் அதிகபட்ச காழ்ப்பை வெளிக்காட்டிக் கொண்டிருந்தான். இதோ, கைக்கெட்டும் தூரத்தில் இந்த வாழ்க்கை வெறும் வேடிக்கை மட்டும் பார்க்கத் தனக்கு வாய்த்திருக்கிறது என்று நினைக்கும் போதெல்லாம் அவனுக்கு ஏற்படும் எரிச்சல் சொல்லில் அடங்காதது. அவன் எப்போதும் அதை மறைக்க விரும்புவதில்லை. அதை, அவன் கண்களில் யார் வேண்டுமானாலும் கண்டுபிடித்துவிடலாம். இப்போதும் அவன் கண்கள் அவ்வாறே இருந்தன. ஆனால், அதை இனங்காணக் கூடிய நிலையில் அங்கு யாரும் இல்லை. அவர்கள் அவரவர் கொண்டாட்டத்தில் திளைத்திருந்தனர். அசோக் வேடிக்கை மட்டுமே பார்த்துக்கொண்டிருந்தான். அவனுடன் வெறுப்பாக நின்றிருந்தான் கதிர். இருவரும் அவர்களுக்கு நேர் பின்னால் நின்றிருந்தனர்.

"இங்க இன்னாதான்டா நடக்குது" என்றான் கதிர் சலிப்பாக.

அவன் இந்தக் கடற்கரையை இதற்குமுன் இப்படிப் பார்த்ததேயில்லை. திடீரென்று அது இப்படி ஒரு பரிமாணம் அடைந்ததைக் கண்டு அவன் அதிர்ச்சியிலும் ஆச்சரியத்திலும் இருந்தான். ஒவ்வொரு பெண்ணாக உற்றுப் பார்த்துக் கொண்டிருந்தான். ஒவ்வொரு பெண்ணின் அழகும் வனப்பும் அவனை ஏதோ செய்தன. அவனால், அவனைக் கட்டுப்படுத்திக்கொள்ள முடியவில்லை. அவர்கள் நேருக்கு நேராக அவனைப் பார்த்த போதும்கூட அவனால் பார்வையை விலக்க முடியவில்லை. 'இவர்கள் எல்லாம் இத்தனை நாட்கள் எங்குதான் இருந்தார்கள்' என்று தன் மனதிற்குள்ளாகவே கேட்டுக்கொண்டான். அவன் ரத்தவோட்டம் அதிகரித்தது. எங்கோ ஒரு மூலையில் உறங்கிக்கொண்டிருந்த அணுக்கள் எல்லாம் வெறிபிடித்தது போல் அவனுள் எதையோ நிகழ்த்திக் கொண்டிருந்தன. எழுந்த அவன் ஆண்மையைக் கடுஞ்சிரமம் கொண்டு எவர்மீதும் உரசிவிடாதவாறு கட்டுப்படுத்திக் கொண்டிருந்தான். ஒரு கட்டத்தில் எதற்குக் கட்டுப்படுத்த வேண்டும் என்றும் அவனுக்குத் தோன்றியது. இத்தனை சந்தோசமான ஒரு வாழ்க்கை இந்த ஊரில் உள்ளதா.? அதை அனுபவிக்காமலா நாம் வாழ்ந்து கொண்டிருக்கிறோம் என்று தன்னையே நொந்துகொண்டான்.

"டேய், உன்னத்தான் கேட்டேன். இங்க இன்னா நடக்குதுன்னு."

அசோக் கண்களில் வெறுப்பு மட்டுமே வெளியேறிக் கொண்டிருந்தது. அவன் அந்தக் கும்பலின் மேலிருந்து கண்களை எடுக்காமலேயே பதிலளித்தான்.

"பிரெஞ்சு கலாச்சாரத் திருவிழா. பத்து நாள் அலையன்ஸ் பிரான்சிஸ்ல பிரெஞ்சு படமா போட்டானுங்க. இன்னிக்கு கடைசிநாள். விடிய விடிய இப்படித்தான் இருக்கும்."

“விடிய விடியவா? நம்பள மட்டும் ஒரு மணிக்கு மேல நியூ இயர் கொண்டாடக்கூடாதுன்னு சொல்றானுங்க. இன்னாட அநியாயம் இது?”

அசோக் திரும்பி கதிரை முறைத்தான். பதிலுக்குக் கதிர் “இன்னாடா?” என்றான்.

“நீங்க எங்கடா நியூ இயர் கொண்டாடுறீங்க. நல்லா குடிச்சிட்டு சும்மா போறவன சண்டைக்குக் கூப்புடுவீங்க. நிக்கற வண்டிய ஒடைப்பீங்க. ரோட்ல வாந்தியெடுப்பீங்க. இதான உங்க கொண்டாட்டம்.”

“ம்.. வேற இன்னா?”

“கொண்டாட்டம்னா பாரிஸ்தான்டா.”

“ஏதோ போயி பாத்த மாதிரியே பேசற.”

“போயிப் பாக்க தான்டா போறன்.”

“கிழிச்ச” என்று மனதிற்குள் சொல்லிக்கொண்டான் கதிர். வானவேடிக்கை ஆரம்பித்ததும் கூட்டம் நெருக்கமாக ஆரம்பித்தது. கதிரை உரசியபடி ஓர் இளம்பெண் நின்று வானவேடிக்கையை ரசித்துக்கொண்டிருந்தாள். அவள் உடல் உரசும்போதெல்லாம் இவன் நெளிந்து கொண்டிருந்தான். ஒரு கட்டத்தில் அவள் தன் தலையை உயர்த்தி மேலே பார்த்தபோது, அவள் தலை கதிரின் மார்பின்மீது சாய்ந்து நின்றது, அவன் தன் உடலை நகர்த்தாமலேயே குனிந்து அவள் மார்பையே பார்த்துக்கொண்டிருந்தான். கதிருக்கு அப்படியே இருந்துவிடலாம்போல் தோன்றியது. நம் மனது எப்போதெல்லாம் அப்படியே இருந்துவிடலாம் என்று நினைக்கிறதோ அப்போதே அது முடிந்தும் விடுகிறது.

வான வேடிக்கைகள் முடிந்திருந்தன. காந்திசிலை அருகில் கச்சேரி ஆரம்பிக்கும் அறிகுறி தெரிய, கூட்டம்

மெல்ல அதை நோக்கி நகர்ந்தது. கச்சேரி என்றதும் உள்ளூர்வாசிகளும் வந்து இடம் பிடித்திருந்தனர். ஆனால், முதலில் முதுகுவரை முடிவளர்த்த ஒருவன் கையில் கிட்டாருடன் வந்து நடுவில் உட்கார்ந்து, கண்களை மூடிக்கொண்டு சிறிது நேரம் முக்குவது போல் முகத்தை வைத்துக்கொண்டான். சில நொடிகள் கழித்து மெல்ல கிட்டார் ஒலி கேட்டது. பிறகு சில நொடிகள் கழித்து அவன் ஒரு பிரெஞ்சுப் பாடலைப் பாடத்தொடங்கினான். அவன் நான்கைந்து வரிகள் பாடத் தொடங்கியதுமே முன்வரிசையில் உட்கார்ந்திருந்த உள்ளூர்வாசிகள் ஒவ்வொருவராய் எழுந்து நகரத்தொடங்கினர். அவனுடைய உண்மையான பார்வையாளர்கள் இன்னும் மெல்ல அவனை நெருங்கி வந்துகொண்டிருந்தார்கள்.

2

திரையரங்கை விட்டு அனைவரும் வெளியே வந்துகொண்டிருந்தனர். விளக்குகள் ஒவ்வொன்றாக அணைந்து கொண்டிருந்தன. சிலர் அவசரமாகக் கழிவறையை நோக்கிச் சென்றனர். சிலர் சைக்கிள், பைக் நிறுத்துமிடத்திற்குச் சென்றனர். சிலர் பாதித் தூக்கத்தில் எழுப்பி அனுப்பப்பட்டிருந்தனர். சிலர் கதை, கதாநாயகன், கதாநாயகி, அவள் சம்பளம், விலை, எவனுடன் இருந்தாள், இப்போது எவனுடன் இருக்கிறாள், இசை, அது எங்கு திருடப்பட்டது, இயக்கம், யாருடைய கதை, எந்த நாட்டுப் படத்தில் எந்தக் காட்சியை உருவியிருந்தார்கள், முந்தைய படம், அடுத்த படம் எனப் பல விமர்சனங்கள், ஆராய்ச்சிகளோடு அவரவருக்குத் தெரிந்ததைப் பேசிக்கொண்டும், சிலர் பேசுபவர்கள் வாயைப் பார்த்துக்கொண்டும் வெளியேறினர். படம் ஆரம்பிக்கும் போது இருந்த பணியாளர்களில் பாதிப்பேர் கூட இப்போது இல்லை. இவர்கள் வரவுக்காகவே காத்திருந்த, வண்டியில் வாழைப்பழம் வைத்திருந்தவனும், பெட்டிக்கடைக்காரனும், அதை ஒட்டிய சந்தில் கஞ்சா விற்பவனும் சற்று நிமிர்ந்து உட்கார்ந்தார்கள். அவர்கள் எதிர்ப்பார்ப்பைப் பூர்த்தி செய்ய சிலர் அவர்களை நோக்கிச் சென்றனர். ஆட்டோக்காரர்கள், எதாவது சவாரி கிடைக்குமா என்று வெளியே வரும் ஒவ்வொரு முகமாக நோட்டமிட்டனர். சில முகங்களை மட்டும் பார்த்து "சார் ஆட்டோவா" என்றனர். கும்பலாக வந்த இளைஞர்களிடம் ஒரு ஆட்டோ டிரைவர், "தம்பி ஆட்டவா" என்று கேட்க, அதற்கு கும்பலில் ஒருவன் "வேணாம் நானே ஆட்டிக்கிறேன்" என்று சொல்லிவிட்டு நகர்ந்தான்.

இளைஞர்களுடன் மற்றவர்களும் சிரிக்க, ஆட்டோ டிரைவர் என்ன செய்வது என்று தெரியாமல் அவர்களை முறைத்தவாறு நின்றுகொண்டிருந்தார். அமைதியாக இருந்த தெருவில் தியேட்டரிலிருந்து வெளிவந்த கும்பலால் சிறு இரைச்சல் ஏற்பட்டது. ஆனால், அது வழக்கமாகப் பகலில் இருக்கும் இரைச்சலுக்குத் துளியும் அருகில் வரமுடியாதது. இது வெறும் சிறு இரைச்சல்தான். அதுவும் பத்து அல்லது பதினைந்து நிமிடத்தில் மெல்லக் கரைந்துவிடும். பிறகு மீண்டும் இரவு தன் அமைதிக்குச் சென்றுவிடும். நல்ல தூக்கத்தில் இருக்கும் போது யாராவது கதவைத் திறந்து சிறிது நேரம் விளக்கைப் போட்டு அணைப்பது போலதான் இரவுக்கு இந்தத் தொந்தரவு. அதே ஊரில் பிறந்து, அறுபது எழுபது வருடம் வாழ்ந்து இறந்தவர்களில் பலருக்கும் அத்தனை நாட்கள் வாழ்ந்த ஊரின் இரவு வாழ்க்கையைப்பற்றி எதுவுமே தெரியாமல் இருப்பார்கள். திடீரென்று ஏதாவது ஒரு சந்தர்ப்பத்தில் இரவில் எங்காவது போக நேரும்போது, அத்தனை நாட்கள் தினமும் அவர்கள் போய்வந்துகொண்டிருந்த தெருவே அவர்களுக்கு விசித்திரமாகக் காட்சியளிக்கும். அப்போது இருக்கும் மனிதர்களும் அவர்களின் செயல்களும் ஆச்சர்யத்தைக் கொடுக்கும். சிலர் தங்கள் நிழலைப்பார்த்தே பயந்து நடுங்குவர். இத்தனை நாட்கள் எங்கிருந்தது என்றே தெரியாத நாய்கள் எல்லாம் அவற்றின் பகுதியில் நாம் நுழைந்துவிட்டதைப் பார்த்துக் குரைக்கும். ஏதோ புது இடத்தில் நுழைந்த அந்நியனைப் போல் உணர்வோம்.

அசோக் முதலிலேயே தியேட்டரை விட்டு வெளியே வந்து எதிரிலிருந்த பெட்டிக்கடையில் ஒரு சிகரெட்டை வாங்கிப் பற்றவைத்து இரவின் குளிருக்கு இதமாய் இழுத்தவாறு, சைக்கிளைத் தள்ளிக்கொண்டு வரும் ஒவ்வொரு முகத்தையும் பார்த்துக்கொண்டிருந்தான். அவன் அதிகம் சிகரெட் பிடிக்கும் பழக்கமுள்ளவன் இல்லை. இப்படிப்

பொதுவில் சிகரெட் பிடித்துக்கொண்டு கெத்தாக நின்றால் தன்னை ஒரு ரவுடி கணக்காய் மற்றவர்கள் பார்ப்பதாக அவன் தனக்குள் நினைத்துக்கொண்டான். மற்றபடி இந்த சிகரெட்டை அவனுக்கு ஒழுங்காக இழுக்கக்கூடத் தெரியாது. அவன் இழுக்கும் புகை அதிகபட்சம் தொண்டையின் ஆரம்பம்வரை கூடப் போகாது. தொடர்ந்து சிகரெட் பிடிக்கும் பழக்கமுள்ளவர்கள், சிலநொடிகள் பார்த்தாலே இவனுக்குப் பிடிக்கத் தெரியவில்லை எனக் கண்டுபிடித்துவிடுவார்கள். அப்படி யாராவது கவனிப்பதை இவன் கவனித்துவிட்டால், உடனே சிகரெட்டைக் கீழே எறிந்துவிட்டுக் கடுப்பாக இருப்பதைப் போல் காட்டிக்கொள்வான்.

கூட்டத்திற்கு நடுவில் கதிர் சைக்கிளைத் தள்ளிக்கொண்டு வருவதைப் பார்த்ததும் "ஓய்" என்று ஒரு குரல் கொடுத்தான். குரல் கேட்டதும் அது வந்த திசையை நோக்கிக் கதிரையும் சேர்த்துப் பல தலைகள் திரும்பிப்பார்த்தன. ஆனால், கதிர் மட்டுமே சைக்கிளை அவன் அருகில் தள்ளிக் கொண்டு வந்தான். அருகில் வந்ததும் அசோக் அதை வாங்கிக்கொண்டு அதன் இருக்கையில் அவன் ஏறி அமர்ந்துகொள்ள முன்னால் இருந்த கம்பியில் கதிர் அமர்ந்து கொண்டான். அவர்கள் இருவரும் எப்போது ஒன்றாக சைக்கிளில் சென்றாலும் அசோக் தான் சைக்கிளை ஓட்டுவான். இத்தனைக்கும் அசோக்கை விட கதிரே சற்று உயரமாகவும் சதைப்பற்றாகவும் இருப்பவன். ஆனால், அவனால் கொஞ்ச தூரத்திற்கு மேல் டபுள்ஸ் அடிக்க முடியாது. மூச்சு வாங்க ஆரம்பித்துவிடும். உடல் முழுக்க வேர்த்துக் கொட்டும். அதனாலேயே அசோக் தான் எப்போதும் கதிரை வைத்து சைக்கிள் ஓட்டுவான். அசோக் நல்ல உடல் வலுவுள்ளவன். அவ்வப்போது உடற்பயிற்சி நிலையத்துக்குச் செல்பவன். அவனால் நீண்ட தூரம் சாதாரணமாக கதிரை வைத்து சைக்கிள் ஓட்ட முடியும்.

அவன் அதையும் ஓர் உடற்பயிற்சியாகவே கருதுபவன். அவன் உடற்கட்டுடன் மேலும் நல்ல சிகப்பாக இருப்பதால் பார்ப்பவர்களை முதலில் அவனே ஈர்ப்பான். ஆனால், அவன் குணத்திற்கு அவனிடம் எந்தப் பெண்ணும் நீண்ட நாட்கள் பழகமாட்டாள். அவன் நகைச்சுவையாகப் பேசுவதாக நினைத்துக்கொண்டு அப்பெண்களைச் சங்கடத்திற்கு உள்ளாக்கிவிடுவான். ஆனால், கதிர் அதற்கு நேரெதிரானவன். அவனிடம் எவரையும் வசீகரிக்கும் வெளித்தோற்றம் எதுவும் இல்லை. அவனிடம் எவரும் எளிதில் பழகமாட்டார்கள். ஆனால், அவனுடன் பழகிய வெகுசிலருக்கு மட்டுமே அவன் குணம் என்னவென்று தெரியும்.

கதிர் சைக்கிளில் ஏறி உட்கார்ந்துகொண்டு அசோக்கிடம், "நெல்லித்தோப்பு வழியா போலாமா இல்ல, அந்தோணியார் கோவில் வழியா போலாமா?" எனக்கேட்டான்.

அவர்கள் ராஜா தியேட்டர் எதிரில் நின்றிருந்தனர். நெல்லித்தோப்பு வழி என்பது அப்படியே ராஜா தியேட்டர் ஒட்டிப் போகும் காமராஜர் சாலையைப் பிடித்து நேராகப் போய் நெல்லித்தோப்பு சந்திப்பை அடைந்து இடதுபுறம் புவன்கரே வீதியில் திரும்பி முதலியார்பேட்டையை அடைவது. புவன்கரே வீதி அல்லது சிமெண்ட் ரோடும், ஆலைத்தெருவும் சரியாகச் சந்திக்கும் இடத்திற்கு எதிரில் வலதுபுறமாகப் பல குடும்பங்கள் இருக்கும் ஒரு கட்டிடத்தின் போர்ஷனில் இருந்தது அசோக்கின் வீடு. அவனை அப்படியே இறக்கிவிட்டுச் சற்றுத் தள்ளி புவன்கரே வீதியில் இடது புறமாக இருக்கும் பாரதிதாசன் நகரில் இருக்கும் கதிர் தன் வீட்டுக்குச் சென்றுவிடலாம் அல்லது அந்தோணியார் கோவில் வழியாகப் போவது என்றால், நின்றுகொண்டிருக்கும் இடத்திலிருந்து அப்படியே நேராக வண்டியைவிட்டால் அது அண்ணா சாலைக்குச் சென்று

முடிந்து அப்படியே வலது புறமாகத் திரும்பித் தாவரவியல் பூங்காவைக் கடந்து அந்தோணியார் கோவில் ஒட்டி இடது புறமாகப் போகும் கடலூர் சாலையில் சென்று ரயில்வே கேட்டைத்தாண்டி சற்றுத்தள்ளி வலது புறமாக அதே ஆலைத்தெரு வரும். அதில் திரும்பி புவன்கரே சாலையை அடையலாம். கதிர் இப்படிக் கேட்டதும் சற்று யோசித்த அசோக், பதிலேதும் சொல்லாமல் நேராக அண்ணாசாலையில் சைக்கிளை ஓட்டத்தொடங்கினான். அவன் அந்தோணியார் கோவில் வழியாகப் போவதாகக் கதிர் மனதிற்குள் நினைத்துக்கொண்டான்.

கதிர் சைக்கிளில் அமர்ந்தவாறு வேடிக்கை பார்த்துக் கொண்டே வந்தான். அனைத்து பார்களும் மூடப்பட்டிருந்தாலும் ஒவ்வொரு கடை வாசலிலும் இரண்டு மூன்று பேர் நின்றுகொண்டிருந்தனர். பேந்தப் பேந்த முழித்தவாறு நடந்து போவோர்களைப் பார்த்து அவர்கள் காதுக்கு மட்டும் கேட்கும் படி “இன்னா சார், சரக்கா” என்றனர். சிலர் பயந்து இல்லை எனத் தலையாட்டி நகர்ந்தனர். சிலர் ஆமாம் எனத் தலையை ஆட்டிக் கொஞ்சம் அதிகம் கொடுத்து வாங்கி இடுப்பில் மறைத்தனர். இந்த நேரத்தில் அவர்கள் சொல்லும் விலைதான், சொல்லும் பிராண்ட் தான். பெரும்பாலும் உள்ளூர்க்காரர்கள் இந்தச் சேவையைப் பயன்படுத்துவதில்லை. ஆனால், காரில் வருபவர்களுக்கு மட்டும் கேட்கும் சரக்கு காருக்கே வரும். இரவு ரோந்து செல்லும் போலிஸ்காரர்களுக்குக் கடந்து போகும் போது ஒரு சல்யூட்டும், தேவைப்பட்டால் ஒரு குவாட்டரும் கொடுக்கப்படும். மற்றபடி மாமூல் எல்லாம் ஸ்டேஷனுக்கே சென்றுவிடும்.

தெருவோரக் கடைகளில் பெரும்பாலும் தன் கடைசி வாடிக்கையாளர் சாப்பிட்டு முடிப்பதற்காக அவர்கள் வாயையே பார்த்தபடி சப்ளையர்கள் நின்றிருந்தனர்.

ஏற்கனவே சாப்பிட்டுப் போட்ட வாழை இலைகளை நாய்களும் சில பிச்சைக்காரர்களும் ஆராய்ந்து கொண்டிருந்தனர். விட்டுக்கொடுத்துச் சென்றால் நாய் அடுத்த நாள் வாழலாம். சைக்கிள் ராமன் தியேட்டரைக் கடக்கும் போது அசோக், கதிர் இருவருமே அதைத் திரும்பிப் பார்த்தனர். உண்மையில் அங்கு இப்போது ராமன் தியேட்டர் இல்லை. அது இடிக்கப்பட்டு தமிழகத்தின் பிரபல துணிக்கடை ஒன்று தன் கிளையைத் தொடங்கியிருந்தது. ஆனால், ஊர்காரர்களின் நினைவுகளில் அது இப்போதும் ராமன் தியேட்டர்தான். அந்த ஒரு கடை பலரின் வாழ்வாதாரத்தைச் சீர்குலைத்திருந்தது. பாண்டிச்சேரி மக்களுக்குத் துணிகள் எடுக்க வேண்டும் என்றால் நேரு வீதியும், காந்தி வீதியும் தான். ஆனால் இந்த ஒரு கடை, மக்களை முழுக்க அதை நோக்கி ஓடிவரச் செய்திருந்தது.

அதற்குச் சற்றுத்தொலைவிலிருந்த ரத்னா தியேட்டரை நெருங்கிக் கொண்டிருந்தார்கள். தியேட்டர் எதிர்ப்புறம் முழுக்க வரிசையாகக் கடைகளாக இருக்கும் இடத்திற்கு குபேர் பஜார் என்று பெயர். குபேர், பாண்டிச்சேரியின் முதல் முதலமைச்சர். கடைகளின் வணிகப்பொருட்கள் காலத்திற்கு ஏற்றாற்போல் மாறிக்கொண்டே இருக்கும். பாட்டு கேஸட்டுகள் கடை, டிவிடி கடைகளாக உருவெடுத்தது. டிவிடி பிளேயர்களின் விலை மலிவாகக் கிடைக்க ஆரம்பித்ததும் ஆபாசப்பட டிவிடிக்களும் மலிவாகவும், சுலபமாகவும் குபேர் பஜாரில் கிடைக்க ஆரம்பித்தன. அந்தக் கடைக்காரர்களுக்கு என்று ஒரு மொழி இருந்தது. யாராவது பேரம் பேசும் போது அவர்கள் அதைத் தன் சக பணியாளரிடம் பேசுவதைக் கேட்கலாம். அவர்கள் விலையைப் பற்றித் தான் பேசுகிறார்கள் என்று தெரிந்தாலும் என்ன பேசுகிறார்கள் எனப் புரிந்துகொள்வது சிரமம். அக்கம்பக்கத்துக் கடைகளில் நமக்குத் தெரிந்தவர்கள் யாராவது இருந்தால் அவர்களை விலைகுறைக்க அழைத்துச்

செல்வது மிகவும் ஆபத்தானது. "அவருக்காகத்தான் இந்த ரேட்டு" என்று அதே அதிகவிலைக்கு நம் தலையில் கட்டிவிடுவார்கள். சீனப் பொருட்கள் அதிகமாக விற்கப்பட்டது. செருப்புகள், ஷுக்கள், ஷார்ட்ஸ், டீ-சர்ட், லோயர்கள், ஜட்டி, பனியன், வெளிநாட்டு செண்ட்டுகள், எலக்ட்ரானிக்ஸ் பொருட்கள், வீடியோ கேம்கள், என வரிசையாகக் கடைகளும், இந்தக் கடைகளுக்கு இடையே இரண்டு பரோட்டாக் கடைகளும், அதற்குச் சில கடைகள் தள்ளிப் பின்னாலிருந்த மைதானத்திற்குச் செல்ல ஒரு வழி. பெரும்பாலும் அங்கு எதாவது பொருட்காட்சிகள் நடைபெற்றுக்கொண்டிருக்கும்.

பிளாக்கில் பீர் வாங்க காரில் வந்த இருவர் யாரை அணுகுவது என்று தெரியாமல் முழித்தவாறு நின்றிருந்தனர். அவர்களையே பார்த்தவாறு சைக்கிள் கடந்தது. "இவனுகளுக்கெல்லாம் எங்கிருந்துதான் காசு வருதோ" என்று கதிர் மனதிற்குள் சொல்லிக்கொண்டான். கார்க்காரனுக்கு பீர் தர இருவரைக் கடவுள் அனுப்பிவைத்தார். அசோக் அமைதியாக வருவதைக்கண்டு அவன் தூக்கக் கலக்கத்தில் இருப்பதாக நினைத்துக்கொண்டான் கதிர். கதிருக்கு பீர் அடிக்க வேண்டும் போல் இருந்தது. சட்டைப்பையைத் தொட்டுப்பார்த்தான். எவ்வளவு இருக்கும் என்று மனதிற்குள் எண்ணிப்பார்த்தான். பத்தாது என்று தோன்றியது. அசோக்கிடம் மெல்லக் கேட்டான், "மச்சான். எதனா காசு வெச்சிக்கிற."

"எதுக்குடா?"

"ஒரு பீர் அடிக்கலாந்தான்."

"பத்துபிசா இல்ல."

கதிர் அமைதியாகிவிட்டான். அதற்குமேல் எதுவும் பேசவில்லை. திரும்பி அந்த கார்க்காரர்களைப் பார்த்தான்.

காரில் பீர் பாட்டில்கள் ஏற்றப்பட்டுக்கொண்டிருந்தன. கதிருக்கு எரிச்சல் அதிகரித்தது.

அண்ணாசாலையில் கடைசியில் வலதுபுறமாக திரும்ப வேண்டிய அசோக் இடது புறமாகத் திரும்பினான்.

"டேய் டேய்.. எங்கடா போற?" என்று கத்தினான் கதிர்.

3

புஸ்ஸி வீதியிலிருந்து திரும்பிய அந்தக் கார் சற்றும் வேகம் குறையாமல் ரத்னா தியேட்டர் வரை வந்து சாலையைத் தேய்த்துக்கொண்டு தியேட்டர் எதிரில் நின்றது. கிரிஸ்டோ மட்டும் காரை விட்டு இறங்கி வந்தான். அண்ணாசாலையில் கடைகள் அனைத்தும் மூடப்பட்டிருந்தன. சாலை மஞ்சள் பூசிய புதுப்பெண் போல் தனித்து இருந்தது. அதன் அழகை ரசிக்கவிடாமல் காவல்துறை மனிதர்களை விரட்டியிருந்தது. இருந்தாலும் அதையும் மீறி மனிதர்கள் உலாவிக்கொண்டுதான் இருந்தார்கள். ஆனால், அவர்கள் யாரும் எதையும் ரசிக்கும் மனநிலையில் இல்லை. தள்ளுவண்டிக்காரர்கள் வாழைப்பழங்களையும், பெட்டிகடைக்காரர்கள் சிகரெட்டையும் கையேந்திபவன் ஓனர்கள் பார்சல்களையும், இன்னபிற தொழில் முனைவோர்கள் மாமூலையும் கொடுத்துவிட்டுத் தங்கள் இரவு வரவை அதிகரித்துக் கொண்டிருந்தார்கள்.

கிரிஸ்டோ ரத்னா தியேட்டர் எதிரில் உள்ள ஒரு ரோட்டுக்கடை அருகில் காரை நிறுத்தியிருந்தான். அவனுக்குத் தெரியும், வழக்கமாகப் பத்து மணிக்கு மேல் ஆகிவிட்டால் இங்கு பியரும், சில மலிவான விற்காத சரக்கு மட்டும் தான் கிடைக்கும் என்றும், கொஞ்சம் பணத்தை அதிகமாக இறக்கினால் வேண்டியதை அள்ளிவிடலாம் என்றும் தெரியும். ஆனால், வழக்கமாக இருப்பவன் காணவில்லை என்பதால் யாரை அணுகுவது என்று தெரியாமல் சுற்றிச்சுற்றிப் பார்த்துக்கொண்டிருந்தான். இதுபோன்ற சமயங்களில் பிளாக்கில் விற்பனை செய்பவர்கள் தாங்களாகவே அடையாளம் கண்டுகொண்டு

வருவார்கள். எந்தச் சரக்கெல்லாம் அதிகமாகத் தேங்கிவிட்டதோ அதையெல்லாம் இதுபோன்ற சமயங்களில் தள்ளிவிடுவார்கள். "இது தான் சார் இருக்கு." என்று முகத்தைத் திருப்பிக்கொள்வார்கள். 'அய்யோ கோச்சிக்கிட்டா கொடுக்க மாட்டாரோ' என்ற பயத்தில் வந்தவர்களும் அதை வாங்கிக்கொள்வார்கள். இது போன்ற இடங்களில் எப்போதும் சற்றுத்தள்ளி ஒரு சிக்கன் பக்கோடாக் கடை இருக்கும். இதற்காகவே சில தினங்களாக பிரிஜ்ஜில் காத்திருந்த கோழிகள் வறுபடத் தொடங்கும்.

கிரிஸ்டோ வேறு யாராவது நிற்கிறார்களா, என்று பார்த்துக் கொண்டிருந்தபோது, சைக்கிளில் இருவர் அவனைக் கடந்து சென்றனர். சைக்கிளை ஓட்டிக்கொண்டிருந்தவன் பரட்டைத் தலையுடன் அழுக்காக இருந்தாலும் நல்ல சிகப்பாகப் பார்க்கும்படி இருந்தான். முன் கம்பியில் இருந்தவனைப் பார்க்கும் போதே கிரிஸ்டோவிற்கு எரிச்சலாக வந்தது. ஆறடி எருமைபோல் இருந்தான். கிரிஸ்டோ முன்கம்பியில் அமர்ந்தவனையே பார்த்துக்கொண்டிருந்தான். இருவருமே அழுக்கான, தங்கள் உடலுக்குப் பத்தாத பழைய ஆடையை உடுத்தியிருந்தார்கள். இருவரையும் தாங்கிக்கொண்டிருந்த அந்த சைக்கிளைப் பார்த்தபோது கிரிஸ்டோவிற்குப் பாவமாக இருந்தது. அவர்கள் இருவரும் ஒருவரை ஒருவர் உரசியபடி சைக்கிளில் சென்றுகொண்டிருந்தது அவனுக்குக் கொஞ்சம் எரிச்சலாக இருந்தாலும், அவர்கள் காதலர்களாக இருந்தால் அவர்களுக்குள் அப்போது எப்படி இருக்கும் என்று நினைத்துப்பார்த்தான்.

முன் கம்பியில் அமர்ந்திருந்தவன் கிரிஸ்டோவை முறைத்தவாறே சென்றான். அவன் முகத்தில் எரிச்சல் அப்பட்டமாகத் தெரிந்தது. பிறகு தன் சட்டையின் மேல் பையைத் தடவிக்கொண்டே சைக்கிள் ஓட்டிக் கொண்டிருந்தவனிடம் ஏதோ கேட்டான். அவன் பதில்

சொன்னதும் மீண்டும் திரும்பி அவன் கிரிஸ்டோவை முறைத்தான்.

கிரிஸ்டோ மனதிற்குள் அவனைத் திட்டினான்.

"ஓத்தா தேவடியாப் பசங்க."

ஏன் அவர்களைத் தான் திட்டுகிறோம் என்று கூட அவனுக்குத் தெரியவில்லை. ஒருவேளை பீர் கிடைக்கவில்லை என்ற கோபத்தை அவர்களின் மேல் காட்டுகிறோமோ என்று கூட அவனுக்குத் தோன்றியது. காருக்குள்ளிருந்து ஒரு குரல்,

"யாரடா திட்டற?"

"ஒன்னும் இல்ல" என்று சொல்லிவிட்டு மீண்டும் சுற்றி ஒருமுறை பார்க்க, வழக்கமாக பீர் கொடுப்பவன் பல்லைக் காட்டிக்கொண்டு, தன் தொப்பையை வெளியே காண்பித்தவாறு ஒரு சட்டையைப் போட்டுக்கொண்டு வந்துகொண்டிருந்தான். அருகில் வந்ததும்,

"எத்தினி சார்?"

"அஞ்சு."

"வேற எதுனா?" என்று கையைக் கசக்கினான்.

"இல்ல பீர் போதும்."

இதற்குமுன் அவனிடம் இரண்டு முறை கஞ்சா வாங்கியிருக்கிறான். அதனாலேயே எப்போது பீர் வாங்க வந்தாலும் வழக்கமாக ஒருமுறை அப்படிக் கேட்டுவைப்பான்.

வேகமாக இருட்டிற்குள் சென்றவன், இரண்டே நிமிடத்தில் ஐந்து பீர் பாட்டிலுடன் வந்தான். அவனிடம் பாட்டிலை வாங்கிய கிரிஸ்டோ முகம் சுழித்தான்.

"கூலிங்கா இல்லையா?"

"இல்ல சார், டைம் ஆயிடுச்சுல, லைட்டா தான் இருக்குது."

வேண்டா வெறுப்பாக அதைக் காரில் வைத்துவிட்டு அவனுக்குப் பணத்தைக் கொடுத்துவிட்டுக் காரில் ஏறிக் காரை மெல்ல நகர்த்தினான் கிரிஸ்டோ. ராஜா தியேட்டரைத் தாண்டிச் சென்றுகொண்டிருந்தான். அனைத்துத் தியேட்டரிலும் இரவுக்காட்சி முடிந்து விட்டதால் சாலை காலியாக இருந்தது. தெருவோரக்கடைகள் மூடப்பட்டுக்கொண்டிருந்தது.

எங்கே செல்வது என முடிவெடுக்க முடியவில்லை. தன் பக்கத்து இருக்கையைத் திரும்பிப் பார்த்து,

"பேபி.. எங்க போலாம்?"

"எங்கனா போ.." என்று சலிப்பாக வந்தது குரல்.

"எங்கனாவா.. உங்க வீட்டுக்குப் போகவா?"

"ஆரோவில் பீச் போவலாமா?"

"இந்த நேரத்துலயா?" என்றான் தயக்கமாக.

"நமக்கென்ன கெடக்குது, போலாம் போ."

கார் வேகமாக அண்ணா சாலை வழியாக முத்தியால் பேட்டையை அடைந்து, ஈ.சி.ஆர் ரோட்டைப் பிடித்து வேகமெடுத்தது. வழியில் இரண்டு முறை அவன் செல்போன் அடிக்க, இரண்டு முறையும் எடுத்துப்பார்த்த போது 'மாம்' என்று இருந்தது. காலாப்பேட்டை நெருங்கும் முன் மீண்டும் இரண்டு முறை செல்போன் ஒலிக்க இரண்டு முறையும் கட் செய்துவிட்டு போனை ஆப் செய்தான். காலாப்பேட்டைக்கு முன் வலதுபக்கம் பிரிந்த செம்மண் சாலையில் காரைத் திருப்பி கடலுக்குச் சற்று முன்னர் சவுக்குத் தோப்பு ஆரம்பிக்கும் இடத்தில் நிறுத்தினான். காரின் விளக்கை அணைத்ததும், மெயின் ரோட்டிலிருந்து இவர்கள் இருப்பதே

தெரியாமல் மறைந்து போனார்கள். ஆளுக்கு ஒரு பீர் பாட்டிலை எடுத்துக்கொண்டு காரைவிட்டு இறங்கினார்கள்.

கடல் காற்றின் வேகம் இருவரின் உடலையும் நடுங்கச் செய்தது. இருவரும் காரைவிட்டு சற்றுத்தள்ளி மணலில் நெருக்கமாக உரசியபடி அமர்ந்துகொண்டனர். பற்களால் பீர் பாட்டில் மூடியைத் திறந்து, பாட்டிலை லேசாக இடித்து 'ச்சியர்ஸ்' சொல்லி இருவரும் ஒரே மடக்கில் முழு பாட்டிலையும் காலி செய்தனர். கடல் காற்றின் குளிர்ச்சிக்கு பீரின் போதை போதவில்லை. இருவரும் ஒருவரை ஒருவர் போதை விழிகளுடன் பார்த்துகொண்டிருந்தனர். இருவர் விழிகளும் இடம் மாறி மற்றவர் கண்களிலிருந்து உதடுகளுக்கும் சென்று வந்தது. இருவரின் கைகள் மற்றவரின் கன்னத்தில் மெல்லத் தடவிக் கூசச் செய்தன. இருவரின் முகங்கள் அசைவே தெரியாத வேகத்தில் மெல்ல நெருங்கிக்கொண்டிருந்தன. பிறகு இருவரின் போதை உதடுகளும் மெல்ல ஒன்றாக இணைய இருவரும் கண்களை மூடிக்கொண்டு அதை ரசித்துக்கொண்டிருந்தனர். இருவரின் கைகளும் மற்றவர்களின் ஆடைக்குள் நுழைந்து உடலைத் தடவியபடி இருந்தன. மிக நீண்ட முத்தத்திற்குப் பிறகு இருவரும் சற்று ஓய்ந்தனர். மூச்சு சீராகும் வரை காத்திருந்தனர். பிறகு கிரிஸ்டோ அடுத்த பாட்டில் பீரை எடுக்க காரை நோக்கிச் சென்றான். பீர் முழுவதுமாகத் தன் குளிர்ச்சியை இழந்துவிட்டிருந்தது.

மீதி இருந்த மூன்று பீரையும் கிர்ஸ்டோ எடுத்து வந்து மணலில் பாதி மூழ்கும் வரை அழுத்திப் புதைத்துவிட்டு மீண்டும் நெருக்கமாக அமர்ந்து பேசத்துவங்கினான்.

"பிஜூக் குட்டி."

"ம்.."

"நாம எங்கனா போயிடலாமா?"

"ஏன்?"

"இவனுங்க நம்பள வாழ விடமாட்டானுங்க."

"இவனுங்க யாரத்தான் வாழவிட்டிருக்கானுங்க."

"கேக்கறதுக்கு ஒழுங்கா பதில் சொல்லு."

"எங்க போலாம்னு சொல்ற?"

"சென்னைக்கு."

"அங்க போனா மட்டும்?"

"அங்க இரண்டு பேரும் வேலைக்குப் போலாம், ஒரு ரூமோ இல்லனா வீடோ எடுத்துக்கலாம், நம்ம காசு, நம்ம வாழ்க்கை. யாரு என்ன கேக்கறது."

"உங்கம்மா அப்படியே சும்மா இருந்துடுவாங்களா? என்னக் கொன்னுட்டு உன்னத் தூக்கிட்டுவந்து நினைச்சத செய்வாங்க."

கிரிஸ்டோ சிறிது நேரம் அமைதியாகக் கடலையே பார்த்துக் கொண்டிருந்தான். அலைகளின் வேகத்திற்கு இணையாக எண்ணங்கள் அவன் மனதில் ஓடிக்கொண்டிருந்தன. எப்போது வேண்டுமானாலும் அவன் கண்ணில் கண்ணீர் வந்துவிடும் போலிருந்தது. மீண்டும் மெல்லப் பேசத் துவங்கினான். ஆனால், அவன் குரல் முன்பு போல் இல்லை. வார்த்தைகள் உடைந்து உடைந்து வெளியேறின.

"எங்க அம்மாவுக்கு டவுட் வந்துடுச்சின்னு நினைக்கறேன். நேஷ்னாலிட்டி பொண்ணாப் பாக்குது. நாளைக்கி எவளையோ வரச் சொல்லிருக்குது."

"புடிச்சிருந்தா கட்டிக்க."

கிரிஸ்டோ சட்டெனக் கோபமாக, “ஓத்தா.. திமிரா உனக்கு..” என்றான்.

“என்ன வேற என்ன பண்ணச் சொல்ற, உங்க வீட்டுல பொண்ணு பாத்தா, நீதான் பேசணும்.”

இருவரும் அமைதியானார்கள். நிலவொளியில் தெரிந்த அலையையே பார்த்துக்கொண்டிருந்தனர். கிரிஸ்டோ மெல்ல மீண்டும் முத்தமிட முயற்சி செய்தான். ஆனால், அது எதிர்முனையால் நிராகரிக்கப்பட்டது. ஆனால், முன்பைவிட நெருக்கமாக அமர்ந்துகொண்டான். கிரிஸ்டோ கைகளைக் கோர்த்துக்கொள்ள முயன்றான். அதற்கு எந்த எதிர்ப்பும் இல்லாததால், கைகளைக் கோர்த்து இறுக்கமாகப் பிடித்துக்கொண்டான். ஏதோ பாரம் இறங்கியதைப் போல் உணர்ந்தான்.

அவனுக்குத் தன் குடும்பத்தை நினைத்தால் பயமாக இருந்தது. அவர்கள் பணப்பேய்கள் என்றும், வெட்டி கௌரவத்திற்கு அலைபவர்கள் என்றும் நினைத்துக்கொண்டான். கிரிஸ்டோவின் அத்தை மகன் ஒருவன் நேஷனாலிட்டி பெண் ஒருத்தியைத் திருமணம் செய்துகொண்டு பிரான்ஸ் சென்றதும் கிரிஸ்டோவின் பெற்றோருக்குக் கௌரவப் பிரச்சினையாகப் போய்விட்டது. அப்போதே தங்கள் மகனையும் பிரான்ஸ் அனுப்ப வேண்டும் என்று முடிவெடுத்துவிட்டார்கள். முக்கியமாக கிரிஸ்டோவின் அம்மாவிற்கு அது வெறியாகவே ஆகிவிட்டது. தன் கணவன்வழி சொந்தத்தில் ஒருவன் பிரான்ஸ் சென்றது அவளுக்கு மிகுந்த எரிச்சலைத் தந்திருந்தது. அத்தை வீட்டிற்கு வரும் போதே அவர்கள் மகன் ஈஃபில் டவர் முன் எடுத்துக்கொண்ட போட்டோவைக் கொண்டுவந்து காண்பித்துப் பீற்றிக்கொண்டிருந்தாள். போனில் தன் மகன் பாரிஸின் அழகை வர்ணித்ததைப் பற்றிச் சொல்லிக்கொண்டே இருந்தாள். அன்று முழுவதும்

கிரிஸ்டோவின் அம்மா யாரிடமும் எதுவும் பேசவில்லை. அதன் பிறகு யார் யாரையோ பிடித்து ஒரு புரோக்கரைக் கண்டுபிடித்துவிட்டாள்.

கிரிஸ்டோ, இதை எப்படிச் சமாளிப்பது எனத் தெரியாமல் குழப்பத்திலிருந்தான். ஆனால், அவனுக்குத் தெரிந்திருந்தது. எதுவாக இருந்தாலும் நாம்தான் செய்தாக வேண்டும் என்று. பலமான யோசனைகள் மொத்தப் போதையையும் இறக்கிவிட்டிருந்தது. மீண்டும் அவனுக்கு ஒரு பீர் தேவையாக இருந்தது. கூலிங் இல்லாத பியர் பாட்டிலை வெறுப்பாகப் பார்த்தான். நேரம் அதிகமாகிவிட்டிருந்ததால், இனி பியர் கிடைப்பது சாத்தியமில்லை. வீட்டிற்குச் செல்லவும் மனமில்லாமல் அப்படியே தலையைப் பின்பக்கமாகச் சாய்த்து மணலில் படுத்துக்கொண்டான். நன்றாகப் பசிக்கத் தொடங்கியது. பீர் கிடைத்ததும் மற்றவற்றைப் பற்றி எதுவும் யோசிக்காமல் புறப்பட்டுவிட்டதை நினைத்து எரிச்சலடைந்தான். காரில் ஏதாவது சாப்பிட இருக்கிறதா என்று யோசித்தான். எதுவும் இருப்பது போல் தோன்றவில்லை. சரி இன்னும் கொஞ்ச நேரத்தில் புறப்பட்டுவிடலாம் என்று முடிவெடுத்து, பிறகு முன்னால் அமர்ந்திருந்த பிஜுவை இழுத்துத் தன் மார்பின் மீது படுக்கவைத்துக்கொண்டான். இருவரும் ஒருவரை ஒருவர் அணைத்தபடி, வானத்தைப் பார்த்தபடி படுத்திருந்தனர். கடலலை மெல்ல அவர்கள் கால்களில் வந்து வந்து உரசிக்கொண்டிருந்தது. பீர் பாட்டில்கள் அலைகளில் இங்குமங்கும் உருண்டு உருண்டு விளையாடிக்கொண்டிருந்தன. இருவரின் மூச்சுச் சத்தம் அலைகளின் சத்தத்திற்கு இணையாக அவர்களுக்குக் கேட்டது. தூக்கம் வருவது போல் இருக்க மெல்ல இருவரும் கண்களை மூடினர். அப்போது இவர்கள் காரை நோக்கி மெல்ல ஒரு போலீஸ் ரோந்துவண்டி வந்துகொண்டிருந்தது.

4

அசோக் சைக்கிளை புஸ்ஸி வீதியில் திருப்பினான். கதிர் பதட்டமாக அவனிடம்,

"டேய் டேய்.. எங்கடா போற?"

"கம்முன்னு வாடா."

"ராத்திரில ஏண்டா சாவடிக்கிற. காலையில் எழுந்து வேலைக்குப் போணும்டா."

"பத்து நிமிஷத்துல ஒண்ணும் கிழிஞ்சிடாது, போலாம் வா."

புஸ்ஸி வீதி பகலிலேயே ஆரவாரமில்லாமல் தான் இருக்கும். இரவில் அது எப்போதும் தூங்கும் குழந்தையைப் போல அமைதியாக அழகாகக் காட்சியளிக்கும். இடைவெளிவிட்டு இருக்கும் மஞ்சள் விளக்குகளும் அதற்கு இடையில் அதை மறைத்தவாறு இருக்கும் அடர்ந்த மரங்களும் தூரத்தில் இருந்து பார்க்கும் எவருக்கும் ஓர் அமானுஷ்ய உணர்வை ஏற்படுத்தும். பழகியவர்களுக்கு அதன் அழகே தனி. ஆனால் உள்ளூர்வாசிகள் எப்போதும் அதன் அழகை ரசிப்பதே இல்லை. இரவுகளில் சுற்றித் திரியும் வெளிநாட்டு வாசிகளே அதை அதிகம் ரசிக்கிறார்கள். நேராகக் கடற்கரைக்குச் சென்று முடிவடையும் அந்தச் சாலை வழியாக நடந்து கடற்கரைக்குச் செல்லும் ஓர் அற்புத அனுபவத்தை யாரும் அனுபவிக்க முற்படுவதேயில்லை.

அசோக் சைக்கிளைச் சற்று வேகமாக மிதிக்க, கதிர் வழக்கம் போல் வேடிக்கை பார்த்துக்கொண்டு வந்தான். மரங்களின் கிளை இடுக்குகள் வழியாக மட்டுமே மஞ்சள் ஒளி சாலையில் படரும். யாருமற்ற இந்த இரவில் சாலை

சற்று பயமுறுத்தக்கூடியதாகவே கதிருக்குத் தோன்றியது. முதுகில் பெரிய பைகளைத் தூக்கிக்கொண்டு செல்லும் வெள்ளைக்காரர்களை எப்போதும் இந்தச் சாலையில் பார்க்கலாம். அவர்கள் ஏன் எப்போதும் ஒரு கனமான பையைத் தூக்கிக்கொண்டு சுற்றிக்கொண்டிருக்கிறார்கள் என்று கதிர் அடிக்கடி யோசிப்பான். இவர்கள் எந்த வேலைக்கும் போவதுபோல் தெரியவில்லை. சுற்றிப்பார்க்கத்தான் வந்திருக்கிறார்கள் என்றால், இத்தனை நாட்கள் சுற்றிப்பார்க்க இங்கே என்ன இருக்கிறது என முன்பு அடிக்கடி சிந்தித்துக்கொண்டிருப்பான். அசோக்கிடம் இதைப்பற்றிக் கேட்ட போது அவன் ஒரு கதை சொன்னான்.

"டேய் மச்சான். பிரான்ஸ்ல வேல இல்லாதவங்களுக்குலாம் அங்க கவர்மெண்ட் ஸ்டைஃபண்ட் தருவாங்களாம். அந்தக் கொஞ்ச காசே இங்க நம்ப ஊரு காசுக்கு செம ஜாஸ்தியாம். அதுக்குத்தான் அங்க ஸ்டைஃபண்ட் வாங்கிட்டு இங்க வந்து வேலவெட்டிக்குப் போவாம கஞ்சா அடிச்சிட்டு சுத்தினு இருக்கானுங்க. அங்க அவ்ளோ காசுன்னு தான், கக்கூஸ்கழுவுற வேலயா இருந்தாலும் நம்பாளுங்க போவத் துடிக்கறானுங்க. டேய் மச்சி நேஷனாலிட்டி பொண்ணுல்லாம் உஷார் பண்ணி கல்யாணம் பண்ணிட்டன்னு வை, நீ செட்டில் தான்டா."

"அப்ப படிச்சி பிரான்ஸ் போவப் போறன்னு சொன்னது கூட பீலாதானா. எதாவது கிடைச்சா தேத்திக்கினு கிளம்பலாம்னுதான உன் ஐடியா?"

"ஓத்தா.. அதுல இன்னாடா தப்பு."

"எவ்ளோ பணக்காரப் பசங்க இருக்கானுங்க. அவனுங்கள உட்டுட்டு உங்கிட்ட எவடா வருவா. அப்படி உங்கிட்ட இன்னாடா இருக்குது."

"டேய்.. எங்கிட்ட பணங்காசுதான் இல்ல. ஆனா இருக்க வேண்டியது ரொம்பப் பெருசா இருக்குது. அத்த மட்டும் பாத்தாளுங்கன்னு வெச்சிக்கோ" என்று கூறிவிட்டு அசோக் ஒரு மாதிரியாக உடலை ஆட்டினான்.

"அதுக்குலாம் எதுனா காஞ்சிப்போன ஆன்ட்டிங்க தான் மாட்டும். பொண்ணுங்கலாம் மாட்டாது."

அசோக் அமைதியாக சைக்கிள் ஓட்டினான். அப்போது இரண்டு வெள்ளைக்காரப் பெண்கள் முதுகில் பெரிய மூட்டையைத் தூக்கிக்கொண்டு சிகரெட் பிடித்துக்கொண்டு நடந்து சென்றுகொண்டிருந்தனர்.

கதிருக்கு வெள்ளைக்காரப் பெண்கள் என்றால் மிகவும் பிடிக்கும். ஏதாவது அழகான வெள்ளைக்காரப் பெண் சாலையில் நடந்து சென்றால் அவர்களைப் பார்த்து முழுப்பல்லையும் காட்டிக்கொண்டே "ஹாய்" என்பான். பெரும்பாலும் யாரும் அவனுக்குப் பதில் சொல்வதில்லை. எப்போதாவது யாராவது பதிலுக்கு "ஹாய்" சொல்லிவைப்பார்கள். அப்படி நடந்துவிட்டால் அன்று இரவு முழுவதும் கற்பனையில் அவளுடன் கட்டி உருளுவான். இப்போதும் ஒரு வெள்ளைக்காரியைப் பார்த்து "ஹாய்" என்றான். எந்தப் பதிலும் வரவில்லை. அவ்வளவு பெரிய பையைத் தூக்கிக்கொண்டு இன்னும் தூங்காமல் நடந்துகொண்டிருக்கிறோமே என்ற எரிச்சல் அவள் முகத்தில் தெரிந்தது.

இருவரும் சின்ன மணிக்கூண்டைக் கடக்கும் போது மணிக்கூண்டுக்கு அருகிலிருந்த பால் பூத்திலிருந்து ஒரு குரல்,

"ஏய் அசோக்கு.."

சைக்கிளைச் சட்டென நிறுத்திவிட்டு, குரல் வந்த திசையை இருவரும் உற்றுப் பார்த்தனர். ஐந்து பேர்

நின்றிருக்க, அதில் இவர்களுக்குத் தெரிந்த முகமாக ஆதி நின்றுகொண்டிருந்தார். இவர்கள் பார்த்ததும் நான்தான் அழைத்தேன் என்பது போல் கையைத் தலைக்கு மேல் உயர்த்தி ஒருமுறை ஆட்டிவிட்டு, வரும்படி சைகை செய்தார்.

அசோக் சைக்கிளை அவர் அருகே நகர்த்த, கதிர் அசோக்கிற்கு மட்டும் கேட்கும் படி முனங்கினான்.

“த்தா.. ஒழுங்கா ஊட்டுக்குப் போவாம ஏன்டா கடுப்பேத்தற.”

“இருடா ரெண்டு நிமிஷம். இன்னானு கேட்டுட்டுப் போவலாம்.”

கதிர் கோபத்தை முகத்தில் காட்டியவாறே அமர்ந்திருந்தான். அதை ஆதி கவனித்துக்கொண்டிருந்தார். இருவரும் அருகில் வந்ததும் ஆதி முதலில் கதிரிடம் பேச்சுக் கொடுத்தார்.

“இன்னா கதிரு, வேலலாம் எப்புடிப் போவுது, இன்னும் டிவி சேனல்லதான் இருக்கியா.”

முதலில் தன்னை விசாரித்ததும் கதிரின் முகம் சகஜ நிலைக்குத் திரும்பியது.

“ஆமாண்ணே அங்க தான் இருக்கேன்.”

கதிரிடம் முக மாற்றம் ஏற்பட்டதும், ஆதி அசோக்கிடம் பேசத்துவங்கினார். கதிர், ஆதியுடன் நின்றுகொண்டிருந்த ஒவ்வொருவரையும் ஆராய ஆரம்பித்தான்.

“அசோக்கு, நானே நாளைக்கி உன்னக் கூப்பிடணும்னு இருந்தன். நீயே வந்துட்ட, ஆமா வண்டி எங்க.. சைக்கிள்ல சுத்தினுகீறீங்க?”

“வண்டி டிரை ஆயிடுச்சுண்ணா, காலைலதான் பெட்ரோல் அடிக்கணும்.”

“ஓ சரி, இது நம்ப பசங்க தான். இவன் பேரு ரஃபி, அது சுந்தர், அது.”

மூன்றாவதாக நின்றிருந்தவனின் பெயர் ஆதிக்கு நினைவிற்கு வராததால் அவனிடமே கேட்டார்.

“தம்பி உன் பேரு இன்னாபா?”

“சார்லஸ்ணா.”

“ஆங்.. சார்லஸ்.”

தன்னுடன் இருந்த மூவரையும் அறிமுகப்படுத்திவிட்டு ஆதி, அசோக்கிடம் தொடர்ந்தார்.

“அசோக்கு, ரஃபிக்கு அடுத்தவாரம் கடலூர்ல கல்யாணம். கையெழுத்து போட வரணும். ரெண்டு பேரும் ஐடி புரூஃப் ஜெராக்ஸ் எடுத்துகினு காலையில நம்ம ஆபீஸ்ல குணா இருப்பான், அவங்கிட்ட குடுத்துடுங்க. அதுக்குத் தான் உன்ன பாக்கணும்னு சொன்னேன்.”

அசோக் தலையாட்டியவாறு “சரிணா” என்றான்.

“சரி நீங்க கிளம்புங்க, மீதி டீட்டைலு காலையில குணா சொல்லுவான், டைமாயிடுச்சு டேய் எதுனா காசுகீசு வேணுமாடா.”

ஆதி இப்படிக் கேட்டதுமே கதிருக்கு பீர் நினைவு வந்தது. அவன் அதைப்பற்றிய யோசனையை ஆரம்பிக்கும் போதே அசோக் “அதெல்லாம் ஒண்ணும் வேணாம்ணா” என்று பேச்சை முடித்தான். கதிருக்கு ஆத்திரமாக வந்தது. வெள்ளைக்காரி ஹாய் சொல்லாதபோது கூட அவனுக்கு இவ்வளவு ஆத்திரம் வரவில்லை.

“சரிடா.. எதுனா வேணும்னா போன் பண்ணு.”

"சரிணா, பாப்போம்" என்று அசோக் சைக்கிளை ஓர் அரை வட்டமடித்துப் புறப்பட்டான். கதிரும் தன் பங்கிற்குக் கையை அசைத்துவைத்தான்.

இருவரும் சற்று நேரம் அமைதியாகவே பயணித்தனர். கதிர் பீர் கிடைக்கவில்லையே எனக் கோபத்திலிருந்தான். ஆனால், அசோக் தீவிர சிந்தனையிலிருந்தான். அவன் எதற்காக அந்த வழியில் திரும்பினானோ அதையே மறந்து சைக்கிள் ஓட்டிக்கொண்டிருந்தான். உப்பளம் சாலையைத் தொட்டதும் தான் சுயநினைவுக்கு வந்து, "ச்சைக்" என்றான்.

"இன்னாடா?"

"ஒண்ணும் இல்ல, அலைன்ஸ் பிரான்சிஸ்ஸ பாத்துட்டு வரலாம்னு நினைச்சேன். மறந்துட்டு அப்டியே வந்துட்டேன்."

"ஆமா, இந்நேரத்துல போயி யாரடா உஷார் பண்ணப் போற. பெறுக்கற ஆயாவயா" என்று சிரித்தான் கதிர்.

அசோக் அமைதியானான். அவன் கோவமாக இருப்பது போல் கதிருக்குப் பட்டது. எங்கே தன்னை சைக்கிள் மிதிக்க விட்டுவிடுவானோ என்று பேச்சை மாற்றினான்.

"அப்படி இன்னா மச்சான் யோச்சிகினு வர?"

கதிர் இப்படிக் கேட்டதும், அசோக் மற்றதை மறந்துவிட்டு உற்சாகமானான். ஆனால், எதுவும் பேசவில்லை. சைக்கிளை இந்திராகாந்தி ஸ்டேடியத்துக்கு அடுத்து உள்ள எக்ஸ்போவிற்குள் விட்டான்.

"எங்கடா போற?"

உள்ளே நுழைந்ததும் சைக்கிளை ஓரமாக நிறுத்திவிட்டு இறங்கி ஒரு புதரை நோக்கிச் சென்று ஒன்னுக்கிருந்தான். அசோக் போவதைப் பார்த்ததும் கதிருக்கும் வர, அவனும்

கொஞ்சம் இடைவெளிவிட்டு ஒன்னுக்கடித்தான். எக்ஸ்போ உள்ளிருந்து யாரோ கத்தும் சத்தமும், பாட்டில் உடையும் சத்தமும் கேட்க இருவரும் ஒருசேரத் திரும்பிப்பார்த்தனர். எதுவும் தெரியவில்லை. இருட்டாகவே இருந்தது. அசோக் மீண்டும் தன் பழைய வேலையைத் தொடர்ந்தான். திடீரென்று சிந்தனையிலிருந்து மீண்டான்.

"மச்சான், எனக்கின்னமோ அது சாதாரண கல்யாணம் மாதிரி தெரிலடா."

"ஏன் இன்னா?"

"எப்பவுமே ஆதியண்ணன் வேலையில எறங்கவே மாட்டாரு. அவர் கட்சி, எம்.எல்.ஏ ஆபிஸ், ரியல் எஸ்டேட், இப்படித்தான் வேலை பாப்பாரு. மத்த எல்லாத்தையும் குணா தான் பாத்துப்பாரு. ஆனா, இன்னிக்கி ஆதி அண்ணனே தெருவுல நின்னு பேசிக்கின்னு இருக்காருனா, ஏதாவது பெரிய இடமா இருக்கும். இல்லனா வில்லங்கம் அதிகமா இருக்கும். எப்படியும் செம காசு தேத்திடுவாரு. அதுவுமில்லாம அந்தப் பையன நான் எங்கயோ பாத்துகிறன்டா."

"எங்க பாத்த?"

"அதான் யோசிச்சிகினே வரேன், டப்புனு ஞாபகம் வரமாட்டுது."

அசோக் கொஞ்சதூரம் சைக்கிளை மிதித்தவாறு யோசித்தான். ஆனால், அவனுக்கு அவனை எங்கே பார்த்தோம் என்று சுத்தமாக நினைவிற்கு வரவில்லை. மீண்டும் கதிரிடம் பேச்சுக் கொடுத்தான்.

"மச்சான்.. அதுவும் அவனுங்க பேருலாம் கவனிச்சியா."

"நான் எதையும் கவனிக்கல, எனக்கு இப்ப வூட்டுக்குப் போனா போதும்."

அதற்கு மேல் அவனிடம் பேசுவது வீண் என்று அசோக்கிற்குப் பட்டது. சைக்கிளை வேகமாக மிதித்தான். இருவரும் அமைதியாகவே உப்பளம் சாலையைக் கடந்தனர். சாலையின் முனையில் கடலூர் சாலையில் டீக்கடை திறந்திருந்தது. வழக்கமாக இருவரும் டீ குடிக்கும் கடையென்றாலும் இருவருமே அப்போது டீ குடிக்கும் மனநிலையில் இல்லை. டீ போடும் பையன் அவர்கள் கடந்து செல்லும் போது இருவரையும் பார்த்துச் சிரித்துக்கொண்டே கையசைத்தான். பதிலுக்குக் கதிர் மட்டுமே கையசைக்க, அசோக் சிந்தனையிலேயே சைக்கிளை ஓட்டிக்கொண்டிருந்தான்.

கதிரை அவன் வீட்டில் விட்டுவிட்டு அசோக் மீண்டும் யோசித்தவாறு மெதுவாக சைக்கிளை மிதித்தான். எவ்வளவு யோசித்தும் அவனுக்கு நினைவிற்கு வரவில்லை. ஆனால், ஆதி சொன்ன விஷயத்தில் ஏதோ வில்லங்கம் இருக்கிறது என்று மட்டும் தோன்றியது. 'நாளை குணாவைப் பார்க்கச் சொல்லியிருக்கிறாரே, அவனைக் கேட்டால் சொல்லிவிடப் போகிறான்' என்று பலவிதமாகச் சிந்தித்தவாறே வீட்டை நோக்கி மெதுவாக சைக்கிளை மிதித்தான்.

5

ரஃபியும் சுந்தரும் ஏதோ கிசுகிசுப்பாகப் பேசிக் கொண்டிருந்தார்கள். சார்லஸ்க்கு எரிச்சலாக இருந்தது. ஒரு கட்டத்தில் பொறுமையிழந்த சார்லஸ் சுந்தரிடம் கத்தினான்.

"டேய், மூணு பேராத்தான வந்தோம். நீங்க மட்டும் தனியாப் போய் பிளான் போடறதுக்கு எதுக்குடா என்னயக் கூப்ட்டீங்க."

சார்லஸின் பேச்சு சுந்தரைச் சூடேற்றியது. சுந்தர் சார்லஸை விட மோசமாகக் கெட்டவார்த்தைகள் பேசுபவன். அதுவுமில்லாமல் சட்டெனச் சூடாகக் கூடியவன். சார்லஸ் அப்படிக் கேட்டதும் பேசிக்கொண்டிருந்த அனைத்தையும் மறந்துவிட்டு, சுந்தர் சார்லஸிடம் எகிறினான்.

"அடிங்கோத்தா.. கூடவந்துட்டு அங்க இன்னா மணியா ஆட்டினு இருக்கற ஏன் உன்ன ஒரு ஆளு வாய்ல வெச்சி கூப்புடணுமா, நீயா வரமாட்டியா?" என்று சார்லஸை அடிக்கின்ற தொனியில் அவனிடம் எகிறிக்கொண்டு சென்றான்.

சுந்தரின் இந்தப் பதிலைச் சற்றும் எதிர்பார்க்காத சார்லஸ் சற்றுப் பின்வாங்கினான். அதற்குள் ரஃபி உள்ளே புகுந்து தடுத்தான்.

"டேய் இங்க எதுக்கு வந்து நின்னுகினு இருக்கோம், நீங்க பாட்டுக்கு வெளாடிகின்னு இருக்கீங்க."

இருவரும் சற்று அமைதியானார்கள். சார்லஸுக்கு இப்போது என்ன செய்வது என்று தெரியவில்லை. ஏதாவது

செய்து சூழ்நிலையை மாற்ற நினைத்தான். ரஃபியிடம் பேச்சுக்கொடுத்தான்.

"ரஃபி அவுரு எப்ப வருவாரு.. ஒரு போன் போடேன்."

"வருவாரு இருடா. சும்மா சும்மா போன் போட்டா கடுப்பாயிடப் போறாரு."

கிட்டத்தட்ட அரைமணி நேரமாக அவர்கள் சின்ன மணிக்கூண்டுக்குப் பக்கத்திலிருந்த பால் பூத் அருகில் காத்திருந்தார்கள். பால் பூத் இரவு முழுவதும் இருக்கும் என்பதால் அவர்கள் பால் குடிப்பவர்கள் போல் நின்றிருந்தார்கள். எப்போதாவது எதாவது ஒரு வாகனம் போக, வர என்று இருக்கும். வெள்ளைக்காரர்கள் நடமாட்டம் மட்டுமே அதிகம் இருக்கும் பகுதி அது. சில கட்டிடங்கள் தள்ளி ஒரு பேக்கரி இருந்தது. பெரும்பாலும் பிரெஞ்சு உணவுகள் கிடைக்கும். மதியத்திலிருந்து இரவு முழுக்க அந்த பேக்கரி இயங்கும். உள்ளூர் ஆட்களை அதிகம் பார்க்க முடியாது. மற்றபடி அருகில் உள்ள சில அரசு மற்றும் தனியார் மருத்துவமனையில் நோயாளிகள் உடன் இருப்பவர்கள் தூக்கம் வராமல் இருக்க இங்கு வந்து பாலோ, காபியோ குடிப்பார்கள். டீ கிடைக்காது. மேலும் இரவுகளில் வேலை செய்யும் துப்புரவுப் பணியாளர்கள் சற்று நேரம் நின்று பேசிவிட்டு பாலோ, காபியோ குடித்துவிட்டுச் செல்வார்கள். பெரிய வியாபாரமெல்லாம் காலை ஐந்து மணிக்குத்தான் ஆரம்பமாகும்.

அவர்கள் சண்டையிட்ட பத்து நிமிடத்திற்குள் ஆதி அங்கு வந்து சேர்ந்தார். ஆதி கறுப்பு பேண்ட் மற்றும் வெள்ளை அரைக்கைச்சட்டை அணிந்திருந்தார். மேல் சட்டைப்பையில் தான் சார்ந்திருந்த கட்சித் தலைவரின் படம் வெளியே தெரியும்படி வைத்திருந்தார். அவர் போட்டிருந்த கதர் துணியில் தெளிவாக அது தெரியும்.

முகத்தை நன்றாகச் சவரம் செய்து, முடியை நன்றாக போலீஸ் கிராப் வெட்டி, மீசையை அளவாகத் திருத்தி, கழுத்தில் ஒரு தங்கச் செயினும், அது தெளிவாகத் தெரிய சட்டையின் மேல் பட்டனைப் போடாமல் விட்டும், இரண்டு கைகளிலும் இரண்டு மோதிரங்களுடனும் தான் ஓர் அரசியல் செல்வாக்கு மிகுந்தவன் என்று பார்ப்பவர்கள், பார்த்தவுடன் புரிந்துகொள்ள வேண்டும் என்று முயன்றிருந்தார். மேலும் தன்னுடைய இருசக்கர வாகனத்தில் தன் கட்சிக் கொடியின் நிறத்தில் தன் பெயரை எழுதி அதற்கு மேல் தன் தலைவரின் முகத்தை ஸ்டிக்கராக ஒட்டியிருந்தார். தன் செல்வாக்கிற்கு இருசக்கர வாகனத்தில் போவது கடந்த சில நாட்களாக அவருக்கு ஒரு மனக்குறையாக இருந்தது. விரைவில் ஒரு கார் வாங்க வேண்டும் என்று முடிவெடுத்திருந்தார்.

"இன்னாப்பா.. வந்து ரொம்ப நேரம் ஆயிடுச்சா" என்றார் சிரித்துக்கொண்டே.

"இல்லணா" என்றான் சுந்தர்.

அங்கு அவருக்கு சுந்தரைத் தவிர மற்ற இருவரையும் தெரியாது. சுந்தரையே இரண்டு மூன்று முறைதான் பார்த்திருப்பார். ஆனால், அவன் நேராக அவரிடம் வராமல் எம்.எல்.ஏ. சிபாரிசில் வந்திருந்தான். அதனால் தான் ஆதியே நேரடியாக அவர்களைப் பார்க்க வந்திருந்தார். அவர்கள், அவருக்கு போன் செய்யும் போது பாலாஜி தியேட்டரில் படம் பார்த்துக்கொண்டிருந்தார். மாலையே இப்படி ஒரு போன் வரும் என்று எம்.எல்.ஏ. விடமிருந்து தகவல் வந்திருந்தபடியால் எரிச்சலடையாமல் பேசினார். இவர்களிடம் பேச்சை வளர்க்க அவருக்கு விருப்பமில்லை. மேலோட்டமாகப் பேசி தன் உதவியாளன் குணாவிடம் தள்ளிவிட விரும்பினார். அதனாலேயே, அன்று இரவே படம் முடிந்து போகும் போதே இதைப் பைசல் செய்துவிட

நினைத்தார். அவர் சொல்லியே மூவரும் பால் பூத்தில் காத்திருந்தனர். படம் முடிந்ததும் நேராக அவரும் வந்து சேர்ந்திருந்தார். மூவரையும் பார்த்த போது அவருக்கு மிகுந்த ஏமாற்றமாக இருந்தது. இவன்களுக்கு எப்படி எம்.எல்.ஏ.வைத் தெரிந்திருக்கும் என்று யோசித்தார். போவதற்குள் அதைக் கேட்டுவிட வேண்டும் என்றும் நினைத்துக்கொண்டார்.

“சொல்லுப்பா.”

“அண்ணே.. இது பிரண்ட் ரஃபி. அலையன்ஸ் பிரான்ஸிஸ்ல படிக்கறான். இவனும் கூடப் படிக்கற ஒரு பொண்ணும் லவ் பண்றாங்க. வீட்ல பிரச்சினை வரும் போல இருக்குது, அதான் ஒரு ரிஜிஸ்டர் மேரேஜ் பண்ணிடலாம்னு யோசிக்கறாங்க. நீங்க தான் ஹெல்ப் பண்ணனும்.”

ஆதி சற்று நேரம் யோசித்தார். ரஃபியை இடையில் இரண்டு முறை மேலும் கீழும் பார்த்தார். பிறகு ரஃபியிடம்,

“நேஷனாலிட்டி பொண்ணா.”

“ஆமாண்ணா.”

ஆதி நக்கலாகச் சிரித்தார். சுந்தர் மெதுவாக அவரிடம்,

“இன்னாண்ணா எதுனா பிரச்னையா?”

“பிரச்னையில்ல.. கொஞ்சம் செலவாகும்.”

“எவ்ளோணா ஆகும்?”

“சொல்றன்” என்று சொல்லிவிட்டு ரஃபியை அருகில் அழைத்தார். ரஃபியின் குடும்பம், வீடு எங்கிருக்கிறது, அப்பா என்ன தொழில் செய்கிறார், சொத்து எவ்வளவு தேறும், கூடப் பிறந்தவர்கள் என எல்லா விபரங்களையும் கேட்டுத் தெரிந்துகொண்டார். ரஃபி சொத்து விபரத்தைத் தவிர

மற்ற அனைத்தையும் சரியாகச் சொன்னான். அவனுக்கு ஆதியைப் பார்க்கும் போது பயமாக இருந்தது. இவர் ஏதாவது வழியில் தன்னிடம் பணம் பறிக்க முயல்வாரோ என்று உள்ளுக்குள் பயந்துகொண்டிருந்தான். இருந்தாலும், அவன் சுந்தரை நம்பினான். ஏதாவது பிரச்சினை என்றால் சுந்தர் பார்த்துக்கொள்வான் என்று அவனுக்குத் தோன்றியது. ஏற்கனவே ஒரு பிரச்சினையிலிருந்து சுந்தர் காப்பாற்றியதிலிருந்து தான் சுந்தர் ரஃபி நட்பு நெருக்கமானது.

“எப்பப் பண்ணலாம்னு இருக்கீங்க?” என்றார் ஆதி.

“இன்னிக்குத் திங்கக்கிழம, வெள்ளிக்கிழமை பண்ணிடலாமாணா?”

சற்று யோசித்த ஆதி “வேண்டாம்” என்றார்.

“இங்க பாரு தம்பி, ரிஜிஸ்டர் மேரேஜ் பண்றது ஒண்ணும் அவ்ளோ சுலபமில்ல, இங்க பாண்டிலலாம் சுலபமா பண்ண முடியாது. ஃபார்மாலிட்டிலாம் பக்காவா பாப்பாங்க. நோட்டீஸ் போர்ட்ல போட்டோவ பதினஞ்சி நாளு ஒட்டுவாங்க. இதுக்கெல்லாம் கடலூர் ரிஜிஸ்டர் ஆபிஸ் தான் பெஸ்ட். அதுவும் ஒரே ஜாதி இல்லனா ஈக்வலான ஜாதினா பிரச்சினை இல்ல. ரொம்ப மேல கீழனா பிரச்ன பண்ணுவாங்க. இந்த மாதிரி ரொம்ப வித்தியாசம் இருக்கற ஜாதி, வேற மதம்னா கொஞ்சம் சிக்கல் தான். காசு ஜாஸ்தியாகும். அதும் பிரெஞ்சு பொண்ணுனா சொல்லவே வேணாம். ரொம்ப ஜாஸ்தியாகும். இன்னிக்கி இன்னா தேதி.?”

“பத்துணா” என்றான் சுந்தர்.

“இப்ப வேணாம். பத்து தேதிதான் ஆவுது. இப்ப எல்லாம் நல்லா புல்லாதான் இருப்பானுங்க. இன்னும் பத்து

நாள் கழிச்சி மேல போனா எல்லாம் காஞ்சி போயி இருப்பானுங்க. அப்ப போனா வரது வரட்டும்னு செஞ்சி குடுத்துடுவானுங்க, நமக்குச் செலவு கம்மியா முடியும்."

"சரிண்ணா" என்றான் சுந்தர். என்ன நினைத்தான் என்று தெரியவில்லை சட்டென்று ரஃபியிடம் திரும்பி, "உனக்கு ஓகே தான" என்றான்.

அவன் 'சரி' என்பது போல் தலையசைத்தான். சுந்தர் திரும்ப ஆதியிடம்,

"அண்ணா வேற என்ன டாக்குமென்ட்லாம் வேணும்."

"அதெல்லாம் காலையில குணாகிட்ட பேசிக்கோங்க, சாட்சி கையெழுத்துப் போட ஆள் இருக்கா?"

"அதான் நாங்க இரண்டு பேரு இருக்கோமே."

"வேணாம்.. வெளியாளுங்கள வெச்சி செஞ்சிப்போம். நான் ஏற்பாடு பண்றன், அப்பறம்."

பேசிக்கொண்டிருக்கும் போதே எதிரில் இருவர் சைக்கிளில் சென்றுகொண்டிருந்தனர். ஆதி அவர்களைப் பார்த்ததும் சுந்தரிடம் "ஒரு நிமிஷம்பா" என்று சொல்லிவிட்டு "அசோக்கு" என்று குரல் கொடுத்தார்.

சைக்கிளில் சென்றுகொண்டிருந்த இருவரும் ஒருசேரத் திரும்பிப் பார்த்தனர். ஓட்டிக்கொண்டிருந்தவன் முகம்மலர, முன் கம்பியில் அமர்ந்திருந்தவன் முகம் கோணியது. இருவரும் அருகில் வந்ததும், இருவரையும் நலம் விசாரித்துவிட்டு, சுற்றி இருந்தவர்களை அறிமுகம் செய்துவிட்டு நடக்கவிருக்கும் பதிவுத் திருமணத்திற்குச் சாட்சிக் கையெழுத்துப் போட அழைத்தார். அவர்களும் சரியெனச் சொல்லிவிட்டுப் புறப்பட்டனர். சைக்கிள்

ஓட்டிக்கொண்டிருந்தவன் ஒருமுறை திரும்பி ரஃபியை மேலும் கீழும் பார்த்துவிட்டுச் சென்றான்.

மீண்டும் இவர்களிடம் திரும்பிய ஆதி,

"சரிப்பா கிளம்புங்க, காலையில பதினோரு மணிக்கா ஆபீசுக்கு வந்துடுங்க. ஆபீஸ் தெரியும்ல."

"ஆங்.. தெரியும்ணா. முதலியார்பேட்டை ஏஃப்டி ரோடு முனையில தான."

"ஆமா நான் கிளம்பறன்" என்று வண்டியில் ஏறியவரை ரஃபி வழிமறித்தான். ஆதி என்ன என்பது போல் பார்த்தார்.

"அண்ணே வந்த பசங்கள நம்பலாமா. நான் வேணா நம்ம பசங்க வேற யாருனா ரெடி பண்றன்."

ஆதி சிரித்தார்.

"தம்பி நாளைக்கி எதுனா கேசு ஆயிடுச்சினா. உங்க பசங்க உள்ள போவானுங்களா, இல்ல ஓதயத்தான் வாங்குவானுங்களா?"

"அண்ணா."

"பிரிச்சி மேஞ்சிடு வாங்க, அப்பறம் அவனுங்க கல்யாணம் பண்ணவே பயந்து சாக வேண்டியது தான்."

மூவரும் அமைதியாக ஒருவரை ஒருவர் பார்த்துக் கொண்டனர்.

ஆதி லேசாகச் சிரித்துவிட்டு,

"கவலப்படாத வூட்டுக்குப் போ, அண்ணன் முடிச்சித்தரேன்" என்று திரும்பியவர், சட்டென நின்று திரும்பி சுந்தரிடம்,

"ஆமா உனுக்கு எப்படி எம்.எல்.ஏ.வ தெரியும்?" என்றார்.

சுந்தர் ஒருமுறை இருவரையும் திரும்பிப்பார்த்தான், சற்றுத் தயங்கியவாறே, "மஞ்சுளா இருக்காங்கலணா.."

"ஆமா"

"அவங்க.. என் சித்திதாண்ணா."

"ஓ.. அப்படியா" என்று லேசாகச் சிரித்துவிட்டுத் தன் பைக்கை நோக்கிச் சென்றார்.

அவர் மனதிற்குள் மஞ்சுளாவைப் பற்றிய சித்திரம் ஓடத் தொடங்கியது. மஞ்சுளா அவ்வப்போது எம்.எல்.ஏ.விடம் வந்துபோகும் ஒரு விலைமாது. சாதாரணமான ஆட்களெல்லாம் சுலபத்தில் அவளை நெருங்கிவிட முடியாது. எப்படியும் முப்பத்தைந்து வயதிருக்கும். பலர் இன்னும் அவளை அடைய முயன்றுகொண்டிருந்தனர். அழகு அதிகமிருந்ததால் டிமாண்டும் அதிகம் இருந்தது. ஆதியே சிலமுறை முயன்று ஒன்றும் முடியாமல் போனது. இதை முடித்துக்கொடுத்தால் தனக்கு ஒரு வாய்ப்பு இருப்பதாக நம்பினார்.

மனதிற்குள் 'இந்த வாட்டி மாட்டிக்கும்' என்று சொல்லிவிட்டுத் தன் வண்டியை உதைத்துக் கிளப்பி வந்த வழியிலேயே சென்றார். இவர்கள் மூவரும் அவருடனே கிளம்பி மெதுவாக அவர் பின்னாலேயே சென்று அவர் மறையும் வரை பார்த்துவிட்டு அவர் மறைந்ததும் ஒருவரை ஒருவர் பார்த்துவிட்டு அடுத்த தெரு வழியாகப் புகுந்து மீண்டும் பால் பூத்திற்கு வந்தனர். அங்கு சிலர் பால் குடித்துக்கொண்டிருந்ததால் மூவரும் எதுவும் பேசாமல் நின்றிருந்தனர்.

6

போலீஸ் ரோந்து வண்டி அருகில் வந்ததும் ஏதோ சத்தம் கேட்கிறதே என்று இருவரும் சுதாரித்துக்கொண்டு எழுந்து நின்றனர். வந்து எவ்வளவு நேரம் ஆகியிருந்தது என்று இருவருக்குமே தெரியவில்லை. காற்றில் குளிர்ச்சி அதிகரிக்கத் தொடங்கியிருந்தது. விடியற்காலையை நெருங்கிக்கொண்டிருக்கலாம் என்று நினைத்தான் கிரிஸ்டோ. தன் கையிலிருந்த வாட்சைப் பார்த்தான். டிஜிட்டல் வாட்ச்சில் 03:02 என்றிருந்தது. ரோந்து வண்டியில் டிரைவரின் அருகில் ஒரு எஸ்.ஐ.யும், பின்னால் இரண்டு கான்ஸ்டபிள்களும் இருந்தனர். இரண்டு கான்ஸ்டபிள்களுமே சிறுவயதுக்காரர்களாக இருந்தனர். வண்டி நிற்பதற்குள்ளாகவே கீழே இறங்கி எஸ்.ஐ யின் கட்டளைக்குக் காத்திருந்தனர். எஸ்.ஐ வண்டியை விட்டு இறங்காமலே இருவரையும் அருகே அழைத்தார்.

இருவரும் எஸ்.ஐ யின் அருகே சென்றனர். இருவரையும் மேலும் கீழும் பார்த்தார் எஸ்.ஐ. இருவருமே உயர்ரக ஆடைகளை உடுத்தியிருந்தாலும் கிரிஸ்டோவிடம் மட்டுமே உண்மையான பணக்காரக்களையைக் கண்டார். பிறகு பக்கவாட்டிலிருந்த காரை ஒருமுறை பார்த்தார். உயர்ரக காரை பார்த்துவிட்டு, எஸ்.ஐ. இருவரையும் பொதுவாகப் பார்த்து கேள்விகளைக் கேட்டார். வழக்கமான கறாரான தொனியில் இல்லாமல் கொஞ்சம் மிருதுவாகவே கேட்டார்.

"இந்நேரத்துல இங்க இன்னாடா பண்றீங்க?"

கிரிஸ்டோ முந்திக்கொண்டு பதிலளித்தான்.

"சும்மா பேசிக்கிட்டு இருந்தோம் சார்."

எஸ்.ஐ. கொஞ்சம் எட்டி அவர்கள் அமர்ந்திருந்த இடத்தைப் பார்த்தார். அங்கே காலியாகவும் குடிக்கப்படாமலும் பீர் பாட்டில்கள் கிடந்தன. அதைப்பார்த்ததும் எஸ்.ஐ. கோபமானார்.

"டேய்.. இது இன்னா சரக்கடிக்கற இடமா? ஏன் நீங்க பார்லலாம் போய் அடிக்க மாட்டிங்களா."

இருவரும் அமைதியாக இருந்தனர்.

"போய் வண்டி பேப்பர் லைசென்ஸ்லாம் எடுத்துகினு வாங்க."

கிரிஸ்டோ தயங்கியவாறே காரை நோக்கிச் செல்ல, எஸ்.ஐ திரும்பி மற்றொருவனிடம் தொடர்ந்து கேள்விகளைக் கேட்டார்.

"உன் பேரு இன்னாடா?"

"பிஜேஷ் சார்."

பேச்சில் மலையாள வாடை அடித்தது.

"எந்த ஊருடா நீ?"

"பாண்டிதான் சார்."

"அடிங்.. சொந்த ஊரு இன்னாடா?"

"மாஹே சார்."

"உங்கொப்பா இன்னா பண்றாரு?"

"ஜி.ஹெச். கிட்ட ஹோட்டல்ல டீ மாஸ்டரா இருக்காரு சார்."

அதற்குள் கிரிஸ்டோ பேப்பர்களை எடுத்துக்கொண்டுவர, அதைப் பிடுங்காத குறையாக வாங்கிப் பார்த்தார் எஸ்.ஐ.

பாரிஸ் ● 47

லைசென்ஸில் கிரிஸ்டோ பெயரும் படமும் இருக்க, வண்டி ஆர்சியில் வேறு பெயர் இருந்தது.

"வண்டி யாருது?"

"எங்கப்பா பேருல இருக்கு சார்."

"இன்னா பண்றாரு உங்கப்பா?"

"எம்.ஜீ. ரோட்ல சீ.டி. கடை வெச்சிருக்காரு சார்."

"சீ.டி. கடையா... பேரு?"

"அன்னை மாதா சீ.டி. ஷாப்."

கடை பேரைக் கேட்டதும் எஸ்.ஐ முகத்தில் ஓர் ஒளி தோன்றி மறைந்தது. தன் கையிலிருந்த பேப்பர்களைக் கான்ஸ்டபிளிடம் கொடுத்துவிட்டு நன்றாக சாய்ந்து உட்கார்ந்துகொண்டார். பேச்சில் இருந்த கொஞ்ச நஞ்ச கறார்த்தன்மையும் விடுத்து மென்மையாகப் பேச ஆரம்பித்தார்.

"அவரு பையனா நீ. உங்கப்பா என் பிரண்ட்தான். ஏன் இந்நேரத்துல இப்படிச் சுத்திகினு இருக்கீங்க. அப்பா எப்புடி இருக்காரு."

"நல்லா இருக்காரு சார்."

"கடை வியாபாரமெல்லாம் எப்புடிப் போவுது?"

"பரவாயில்ல சார்."

"நெட் வந்ததுலருந்து கொஞ்சம் டல்லுன்னு கேள்விப்பட்டேன்."

"ஆமா சார்."

“ம்.. சரி.. ராத்திரில இப்படிலாம் சுத்தாதீங்க, கிளம்புங்க.. கிளம்புங்க.. என்று பேப்பர்களை கிரிஸ்டோவிடம் கொடுக்கும்படி கான்ஸ்டபிளிடம் சைகை செய்தார்.

இருவருக்கும் அப்போது தான் மூச்சே வந்தது. பேப்பரை வாங்கிக்கொண்ட இருவரும், எஸ்.ஐ.க்கு நன்றி சொல்லிவிட்டு வேகமாகக் காரை நோக்கிச் சென்றனர். எஸ்.ஐ. பிஜேஷையே பார்த்துக்கொண்டிருந்தார். கிரிஸ்டோ பிஜேஷின் கையைப்பிடித்துக்கொண்டு வேகமாகச் சென்றான். பிஜேஷ் கட்டப்பட்ட நாய்க்குட்டி மாதிரி அவனுடன் ஓடிக்கொண்டிருந்தான். எஸ்.ஐ அவர்கள் போவதையே பார்த்துக்கொண்டிருந்தார்.

இருவரும் காரில் ஏறியதும் கார் வேகமாகப் புறப்பட்டது. செம்மண் ரோட்டைக் கடந்து மெயின் ரோட்டில் ஏறியதும் காரின் வேகத்தைக் குறைத்து கிரிஸ்டோ திரும்பிப்பார்த்தான். இவர்கள் மிச்சம் வைத்த பாட்டிலையும், திறக்காமல் வைத்திருந்த மற்றொரு பாட்டிலையும் எஸ்.ஐ. குடித்துக்கொண்டிருந்தார். ஒரு நொடி அதைக் கவனித்த கிரிஸ்டோ காரின் வேகத்தை மீண்டும் அதிகப்படுத்தினான்.

கிரிஸ்டோ அமைதியாகக் காரை ஓட்டிக்கொண்டிருந்தான். இப்போது பிஜேஷுக்கு ஒரு மாதிரி இருந்தது. அவன் கிரிஸ்டோவிடம் பேச்சுக்கொடுத்தான்.

“என்னடா பயந்துட்டியா?”

கிரிஸ்டோ ஒருமுறை திரும்பிப்பார்த்துவிட்டு மீண்டும் காரை ஓட்டும் வேலையைத் தொடர்ந்தான்.

“டேய், அவனுங்க எச்சக் குடிக்கு வந்தவனுங்க. சரக்க பாத்துட்டு நம்பள அனுப்பிட்டானுங்க. சரக்கு இல்லனா

காச புடுங்கிட்டு அனுப்பியிருப்பானுங்க. அவனுங்களுக்குப் போய் பயப்படற.”

“நான் அதுக்குப் பயப்படல. அந்த நாயிக்கு எங்கப்பாவத் தெரியும் போலருக்கு. நாளைக்கு அங்க போயி எதனா வத்தி வெச்சிட்டான்னா. அதான் கடுப்பாருக்கு.”

“உங்கப்பா கேட்டா கூட இருந்தது நான் இல்ல வேற பிரண்ட்னு சொல்லு.”

“க்கும்.. அப்பிடியே நம்பிடுவாரு.”

“ஏற்கனவே கல்யாணம் பண்ணச்சொல்லித் தொல்ல பண்றாங்க. இன்னும் இதுவேற தெரிஞ்சிடுச்சுனா அவ்ளோதான். எவளாவது தேவடியாளோ இல்ல கிழவியா இருந்தாலும் பரவாயில்லனு ஒரு நேஷ்னாலிட்டி பொண்ணுக்கு என்னக் கட்டிவெச்சி பிரான்ஸுக்கு அனுப்பிடுவாங்க.”

பிஜேஷ் ஏதோ யோசித்தான். சட்டென அப்படிக் கேட்டான்,

“உங்கம்மாவப் போட்டுடலாமா.”

கிரிஸ்டோ காரைச் சடாரென்று பிரேக் போட்டான். நடுரோட்டில் கார் ‘க்கிரீச்’ என்ற ஒலியுடன் தேய்த்துக்கொண்டு நின்றது. பிளாட்பாரத்தில் உறங்கிக்கொண்டிருந்தவர்கள் ஏதோ விபத்து என்று நினைத்துக்கொண்டு சடசடவென எழுந்தார்கள். ஆனால், விபத்துலாம் ஒன்றுமில்லை எனத் தெரிந்ததும் கார்க்காரனைத் திட்டிவிட்டு மீண்டும் உறக்கத்தைத் தொடர்ந்தனர். உறங்கிக்கொண்டிருந்த நாய்கள் எழுந்து குரைக்க ஆரம்பித்தன. நடுரோட்டில் சற்று நேரம் நின்றுகொண்டிருந்த கார், மீண்டும் வேகமாகப் புறப்பட்டது.

பிஜேஷின் கேள்விக்கு கிரிஸ்டோ எந்தப் பதிலும் சொல்லாமல் காரை ஓட்டிக்கொண்டிருந்தான். தனது

கைக்கடிகாரத்தில் நேரம் பார்த்தான். மணி நான்கை நெருங்கிக்கொண்டிருந்தது. காரை நேராகப் பீச் ரோட்டில் விட்டான்.

“இல்லடா, எனக்கென்னமோ உங்கம்மா தான் வீட்டுல ரொம்பப் பிரச்சினை பண்றாங்களோனு தோணுது. அதான் கேட்டேன்.”

“கொஞ்ச நேரம் சும்மா வரியா.”

“சாரிடா கிரிஸ். தெரியாம கேட்டுட்டண்டா.. பிளீஸ்” என்று கெஞ்சியவாறே பிஜேஷ் கிரிஸ்டோவின் மார்பில் கைவைத்துத் தடவியவாறே அவனைச் சமாதானப்படுத்தினான். கிரிஸ்டோ பிஜேஷின் கையை எடுத்துவிட்டு அவனைத் திரும்பிப்பார்க்காமல் தொடர்ந்து காரை ஓட்டினான். கார் கடற்கரைச் சாலையில் சென்றுகொண்டிருந்தது.

தான் மிகபெரிய தவறைச் செய்துவிட்டோம் என பிஜேஷ் உணர்ந்தான். அப்படிக் கேட்டது எவ்வளவு பெரிய தவறு. ஆயிரம் இருந்தாலும் அவள் அவனுடைய அம்மா. அவன் தன்னைப்பற்றி என்ன நினைப்பான் என்று நினைக்கும்போதே பிஜேஷின் கண்களிலிருந்து கண்ணீர் வழிந்தது. ஆனால், கிரிஸ்டோ அதைப் பார்க்காமல் காரை ஓட்டிக்கொண்டிருக்க, கார் காந்தி சிலையைக் கடந்ததும், பிஜேஷ் சட்டென கார் கதவைத் திறந்துகொண்டு வெளியே பாய்ந்தான்.

கார் க்கிரீசிட்டு நின்றது. இன்னும் யாரும் கடற்கரையில் நடக்க ஆரம்பிக்கவில்லை. கிரிஸ்டோ காரிலிருந்து வேகமாக இறங்கி பிஜேஷை நோக்கி ஓடினான். பிஜேஷுக்கு கை, கால், முகமெல்லாம் தேய்ந்திருந்தது. அவன் துடிப்பதைப் பார்த்ததும் கிரிஸ்டோ அழுதவாறே,

“ஒத்தா.. பைத்தியாமா புடிச்சிருக்கு உனக்கு” என்று கத்தினான்.

அவன் பதிலேதும் சொல்லாமல் துடித்துக்கொண்டிருந்தான். தூரத்தில் ஏதோ வாகனம் வருவது தெரிந்ததும் வேகமாக பிஜேஷைத் தூக்கிக்கொண்டு போய் காரில் உட்காரவைத்து தண்ணீர் கொடுத்தான். பின்னால் வந்துகொண்டிருந்த கார் அவர்களைக் கண்டுகொள்ளாமல் சென்றது. கிரிஸ்டோ காரை மருத்துவமனைக்கு ஓட்டினான். பீச் ரோட்டின் அருகிலேயே அரசு பொது மருத்துவமனை இருந்தாலும், அவன் புஸ்ஸீ வீதியில் இருந்த ஈஸ்ட் கோஸ்ட் மருத்துவமனைக்குக் காரைச் செலுத்தினான். அவனுக்குத் தெரிந்த நண்பர் ஒருவர் அங்கு மருத்துவராக இருந்தார். பிரச்சினை இருக்காது என்று நினைத்துக்கொண்டான். பிஜேஷை நினைத்தால் ஒருபக்கம் ஆத்திரமாக வந்தாலும், அருகில் அவன் துடித்துக்கொண்டிருப்பதை அவனால் சகித்துக்கொள்ள முடியவில்லை. அவன் ஏன் அவ்வாறு செய்தான் என்று அவனால் புரிந்துகொள்ள முடிந்தது. காரை ஓட்டிக்கொண்டே, அழுதவாறு பிஜேஷிடம் பேசினான்.

"ஏன்டா இப்படிப்பண்ண?"

பிஜேஷ் எதுவும் பதில் சொல்லவில்லை. வலியால் துடித்துக் கொண்டிருந்தான். கார் கடற்கரையிலிருந்து திரும்பி புஸ்ஸி வீதியில் நுழைந்தது. கார் மருத்துவமனையை நெருங்கும் வேளையில்,

"கிரிஸ்."

கிரிஸ்டோ திரும்பிப்பார்த்ததும்,

"டூ யூ லவ் மீ."

காரை நிறுத்தினான் கிரிஸ்டோ. திரும்பி அவனையே உற்றுப்பார்த்தான். அவனைப் பார்க்க முடியாமல் தலையைக் குனிந்துக்கொண்டான் பிஜேஷ். எழுந்து பின் சீட்டில் படுத்திருந்த பிஜேஷை இழுத்து அவன் உதட்டில்

முத்தமிட்டான். சில நொடிகள் அவர்கள் அப்படியே தன்னிலை மறந்து இருந்தனர். யாரோ கண்ணாடி வழியாகப் பார்ப்பது தெரிந்தது. ஆனால், அதைப்பற்றியெல்லாம் அவன் கவலைப்படவில்லை.

பிறகு கார் சின்ன மணிக்கூண்டைக் கடந்து மருத்துவ மனைக்குச் சென்றது. மணிக்கூண்டுக்கு அருகிலிருந்த பால் பூத்தில், இவர்கள் கார் நின்றதையும் பிறகு சிறிது நேரம் கழித்துப் புறப்பட்டதையும் இருவர் பால் குடித்தவாறு பார்த்துக்கொண்டிருந்தனர். பிறகு தங்களுக்குள் ஏதோ பேசத்தொடங்கினர்.

கிரிஸ்டோ காரை மருத்துவமனை வாசலில் நிறுத்தி, பிஜேஷைத் தூக்கிக்கொண்டு போய் அங்கே இருந்த நாற்காலியில் அமரவைத்து, தூங்கிக்கொண்டிருந்த ரிசப்ஷனிஸ்டை எழுப்பி அவள் மூலமாக போனில் காதலித்துக்கொண்டிருந்த நர்ஸை எழுப்பி, அவள் மூலமாகத் தூங்கிக்கொண்டிருந்த டாக்டரும் எழுப்பப்பட்டார். எழுந்து வெளியே வந்த டாக்டரைப் பார்த்ததும் தான் கிரிஸ்டோவிற்கு மூச்சே வந்தது.

“என்னடா கிரிஸ்டோ.. என்னாச்சு.”

அவன் திரும்பி பிஜேஷைக் காண்பித்து “அடிபட்ருச்சி” என்றான்.

பிஜேஷைப் பார்த்ததும் அவர் முகம் மாறியது. ஆனாலும், எதுவும் கேட்காமல் “எப்படி அடிப்பட்டுச்சி” என்றார்.

கிரிஸ்டோ தயாராக வைத்திருந்த பதிலைச் சொன்னான்.

“கார் டோர் சரியா லாக் ஆகல. கீழ விழுந்துட்டான்.”

ஆனால், அவர் அதை நம்பியதாகத் தெரியவில்லை.

"சரி உள்ளகூட்டிட்டு வா" என்று உள்ளே போனார். நர்ஸ் பிஜேஷை அழைத்துக்கொண்டு உள்ளே சென்றாள். கிரிஸ்டோ உள்ளே போகாமல் அங்கே இருந்த நாற்காலியில் உட்கார்ந்தான். நெற்றியில் கை வைத்து அழுத்திக்கொண்டு கண்களை மூடிக்கொண்டான். தலைவலிப்பது போல் தோன்றியது. தான் ஏதோ பெரிய தப்பு செய்கிறோமோ என்றும் அவனுக்குத் தோன்றியது. பிறகு இல்லை என்று தனக்குத் தானே சமாதானப் பட்டுக்கொண்டான். இவர்களிடமிருந்து விலகிப்போகும் காலம் எப்போதுவரும் என்று யோசித்தான். தெருவில் நாய் ஒன்று குரைத்துக்கொண்டிருந்தது. தலைவலி அதிகமாவதை உணர்ந்தான். பிறகு நன்றாக சாய்ந்தவாறு உட்கார்ந்துகொண்டான்.

"கிரிஸ்டோ.. கிரிஸ்டோ" என்று டாக்டர் அவனை உலுக்கினார். திடுக்கிட்டு எழுந்து சுற்றிச் சுற்றிப்பார்த்தான். சுய நினைவுக்கு வரச் சில நொடிகள் தேவைப்பட்டன. முழித்தாவாறே டாக்டரைப் பார்த்தான். அருகில் பிஜேஷ் கட்டுகளுடன் நின்றுகொண்டிருந்தான். அவன் பிரிஸ்கிரிப்ஷனைக் கொடுத்துவிட்டு "பாத்துக்கோ" என்று சொல்லிவிட்டு உள்ளே சென்றான். அவன் ஃபார்மஸியில் மருந்துகளை வாங்கிக்கொண்டு, பில் கட்டிவிட்டு வந்து பிஜேஷைக் கூட்டிக்கொண்டு புறப்பட்டான். அவர்கள் புறப்பட்டதும் டாக்டர் நர்ஸை அழைத்தார்.

"சார்."

"நான் அன்னிக்கி ரெண்டு பசங்களப் பத்தி சொன்னேன்ல."

"ஆமா."

"அது இவனுங்க தான்."

அதைக் கேட்டதும் அந்த நர்ஸ் ஒருமாதிரியாகச் சிரித்தாள். டாக்டர் தலையில் அடித்துக்கொண்டார்.

7

புஸ்ஸி வீதிக்கு அன்றைய இரவு வெகு சுவாரஸ்யமாகக் கழிந்துகொண்டிருந்தது. வழக்கமாக அமைதியாகக் கழியும் இரவுகளில், இன்றைய இரவு மிகவும் வித்தியாசமாக இருப்பதாய் உணர்ந்தான் பால் பூத்காரன். இரவுக்காட்சி முடிந்துகூட அதிகம் ஆட்கள் போகாத பகுதி. ஆனால், இன்றைய இரவில் ஏதேதோ நடந்துகொண்டிருந்தது. பால் குடித்துக்கொண்டிருந்த மூவரும் எப்போது கிளம்புவார்கள் என்று ரஃபி, சுந்தரைப் போல, பால் பூத்காரனும் எதிர்பார்த்துக் காத்திருந்தான். அவர்கள் குடித்து முடித்ததும் விரைவாகச் சில்லறைகளைக் கொடுத்து அனுப்பிவைத்தான்.

சார்லஸுக்கு வெறுப்பாக இருந்தது. இருந்தும் அவர்கள் என்ன பேசிக்கொள்கிறார்கள் என்று தெரிந்துகொள்ளவே நின்றுகொண்டிருந்தான். பேச்சின் இடையே ரஃபிக்குப் போன் வர அவன், "இதோ வரேன்" என்று சொல்லிக்கொண்டே தனியாக நகர்ந்தான். போனில் யாரென்று இருவருக்கும் நன்றாகத் தெரியும். ரஃபி நகர்ந்ததும் சுந்தரும் சார்லஸும் ஆளுக்கு ஒரு பக்கம் தலையைத் திருப்பிக்கொண்டு எங்கோ பார்ப்பது போல் பாவனை செய்தனர். இருவரும் ஒருவரை ஒருவர் வெளிப்படையாக வெறுத்துக்கொண்டனர். சுந்தர் இல்லையென்றால் ரஃபியால் நிச்சயமாக இந்த ஏற்பாடுகளை தனியாகச் செய்ய முடியாது என்று சார்லஸுக்குத் தெரியும். அதேபோல் இப்படி ஓர் ஏற்பாடு நடப்பது சார்லஸ்க்கு சுத்தமாகப் பிடிக்கவில்லை என்று சுந்தருக்கும் நன்றாகத் தெரிந்திருந்தது. சார்லஸை எப்படிக் கழட்டிவிடுவது என்று சுந்தர் தீவிரமாகச் சிந்தித்துக்கொண்டிருந்தான். இதில் பெரிய சிக்கல் என்னவென்றால், நாம் கழட்டிவிட்டாலும் இவன்

பாரிஸ் ◉ 55

அந்தப் பெண்ணிடம் அனைத்தும் தெரிந்துகொள்ளும் அளவிற்கு நெருக்கமாக இருந்தான் என்றும், சுந்தருக்குத் தெரியும். இவனை நேரம் பார்த்துத்தான் வெட்டிவிட வேண்டும் என்று சுந்தர் நினைத்துக்கொண்டான். ரஃபி தன் உரையாடலை சுருக்கமாக முடித்துக்கொண்டு வந்து சேர்ந்தான். அடுத்து என்ன என்று பேச ஆயத்தமானான்.

சார்லஸை வைத்துக்கொண்டு பேசுவதை சுந்தர் விரும்பவில்லை. அதனால், சுந்தர் ரஃபியிடம் கிளம்பலாம் என்றான்.

"ஏன்டா அதுக்குள்ள?" என்றான் ரஃபி.

"இல்ல காலையில பேசிக்கலாம்."

"அப்டியா சரி.." என்று தயங்கியபடியே சொன்னான் ரஃபி.

மூவரும் தங்கள் வண்டியை நோக்கிச் சென்றனர். முதலில் சார்லஸ் போய்க்கொண்டிருக்க, சுந்தர் ரஃபியின் கையைப் பிடித்து 'போகாதே' என்பது போல் சைகை செய்தான். மூவரும் அவரவர் வண்டியில் அமர்ந்து வண்டியை ஸ்டார்ட் செய்ய, சார்லஸ்,

"சரிடா காலையில் கால் பண்ணுங்க" என்று வண்டியை இயக்கினான். அவன் போகும்வரை பார்த்துக்கொண்டிருந்த சுந்தர் வண்டியின் இயக்கத்தை நிறுத்திவிட்டுக் கீழே இறங்கி ஸ்டாண்ட் போட்டான். சுந்தரின் செய்கைகளைக் குழப்பத்துடன் பார்த்துக்கொண்டிருந்த ரஃபி தானும் வண்டியை நிறுத்திவிட்டு இறங்கினான். இருவரும் மறுபடியும் பால் பூத்திற்குச் சென்றனர்.

ரஃபி, சுந்தரைக் குழப்பத்துடனே பார்த்துக் கொண்டிருந்தான். பால் பூத்காரனும் இரவின் தொடக்கத்திலிருந்தே இவர்களைக் கவனித்துக்கொண்டிருக்கிறான். வழக்கமான சலிப்பான இரவுகளுக்கு மத்தியில் இன்றைய இரவு

இவர்களால் சற்று சுவாரஸ்யமாகப் போய்க்கொண்டிருந்தது. பேண்ட் பாக்கெட்டிலிருந்து ஒரு சிகரெட்டை எடுத்துப் பற்றவைத்துக் கொண்டிருந்த சுந்தரிடம் ரஃபி கேட்டான்.

"ஏன்டா அவனக் கழட்டிவிட்ட?"

சிகரெட்டைப் பற்றவைத்து ஆழமாக ஓர் இழுப்பு இழுத்துவிட்டு, சிகரெட்டை ரஃபியிடம் நீட்டியபடியே சுந்தர் பதில் சொன்னான்,

"அவனலாம் வச்சிகினு இனிமே எதுவுமே பேசாத."

"ஏன்டா?"

"எனக்கென்னமோ அவன் உன் மேல செம கடுப்புல இருக்கானோன்னு தோணுது. கல்யாணம் முடியறவரைக்கும் அவன தள்ளியே வை."

ரஃபி, தீவிரமாக யோசிக்க ஆரம்பித்தான். அவனால் சுந்தர் சொல்வதை ஒப்புக்கொள்ளவும் முடியவில்லை, மறுக்கவும் முடியவில்லை. இருந்தாலும், ரஃபிக்கு சார்லஸை விட சுந்தரின் மீதே அதிக நம்பிக்கை இருந்ததால் அவன் சொல்வதைக் கேட்கலாம் என்று முடிவு செய்தான்.

"சரிடா.. அவன நாம கண்டுக்காம உட்டுடலாம்.. ஆனா, அவ்ளோ ஈசியா கழட்டிவிட முடியாது. எங்கிட்ட இல்லனாலும் அவன் அவ கிட்ட எல்லாத்தையும் கறந்துடுவான். அவங்க ஃபேமிலி பிரண்ட்ஸ். அவ, அவன நம்பறா. என்ன பண்றது?"

"அப்போ அந்தப் பொண்ணுகிட்டயும் எல்லா உண்மையும் சொல்லாத."

"அது எப்புடிடா?"

"உனுக்குக் கல்யாணம் ஆவனுமா? இல்ல, யோக்கியன்னு பேரு வாங்கனுமா?"

ரஃபி அமைதியானான். சுந்தர் சொல்வது சரியெனப்பட்டது. எப்படியாவது இந்தக் கல்யாணத்தை நடத்தியே ஆகவேண்டும். இல்லையென்றால் எல்லாமே வீண்தான். ரஃபி சுந்தரிடமிருந்து சிகரெட்டை வாங்கி ஓர் இழு இழுத்துவிட்டு,

"சரிடா" என்றான். சற்று நேரம் கழித்து,

"ஆமா. அவரு இன்னாடா அவனுங்களப் போய் சாட்சிக் கையெழுத்துப் போட கூப்புடறாரு."

"ஏன் அவனுங்களுக்கின்னா?"

"தெரில.. அவனுங்களப் பாத்தாலே புடிக்கல."

"நீ, இன்னா அவனுங்க கூடயா குடித்தனம் நடத்தப்போற. இது மாதிரி மேட்டருக்கு அந்த மாதிரிப் பசங்க தான் சேஃப். சார்லஸ் மாதிரி ஆளுங்கள நம்புனா கழுத்தறுத்துட்டுப் போயிடுவானுங்க."

ரஃபிக்கு சுந்தர், சார்லஸ் மேல் உள்ள கடுப்பில்தான் அப்படிச் சொல்கிறானோ என்று தோன்றியது. அதுவும் அந்த சைக்கிள் ஓட்டிக்கொண்டிருந்தவன் பார்த்ததை ரஃபி இப்போது நினைத்துப் பார்த்தாலும் கோபமாக வந்தது. அவன் பார்வையில் அப்படி ஒரு வெறுப்பை ரஃபி உணர்ந்தான். மேலும், அவனை எங்கேயோ இதற்கு முன் பார்த்திருந்த மாதிரியும் ரஃபிக்குத் தோன்றியது. ரஃபி ஏதேதோ யோசித்துக்கொண்டிருந்த போது பணம் பற்றிய நினைப்பு வந்தது.

"மச்சான் எவ்ளோ ஆகும்டா?"

"தெரில."

“இன்னாடா தெரிலன்னு சொல்ற. ஏற்கனவே நீ கல்யாணம் பண்ணிவெச்சிருக்கிறல?”

“நேஷனாலிட்டிக் கல்யாணம்லா பண்ணதுல்ல. இதுதான் மொத தடவ. எப்படியும் அதிகமாத்தான் ஆகும். ரெடி பண்ணி வெச்சிக்க.”

இருவரும் பேசிக்கொண்டிருக்கும் போது தூரத்தில் ஒரு கார் சாலையைத் தேய்த்தவாறு பிரேக் அடித்து நின்றது. ஏதோ விபத்தோ என்று ரஃபி, சுந்தர் மற்றும் பால் பூத்காரர் மூவரும் திரும்பிப் பார்த்தனர். கார் எவர் மீதும் மோதவில்லை. உறங்கிக்கொண்டிருந்த தெரு நாய்கள் அனைத்தும் ஒட்டு மொத்தமாய்க் குரைக்க ஆரம்பித்தன.

ரஃபி காருக்கு அருகே செல்ல முற்பட்டான். சுந்தர் அவனைத் தடுத்து வேண்டாம் என்பது போல சைகை செய்தான். பக்கத்தில் சாலையைப் பெருக்கிக்கொண்டிருந்த சிலர் என்னவோ என்று காரின் அருகில் சென்றுபார்த்தனர். ஒரு பெண் காரின் கண்ணாடி வழியே கைவைத்து உற்றுப்பார்த்தாள். பின் சடாரென்று தலையைப் பின்னுக்கிழுத்து தன் தலையில் அடித்துக்கொண்டு சென்றாள். பெருக்கிக்கொண்டிருந்த மற்றொரு பெண்ணும் என்ன, என்று கேட்க, அவள் பதில் சொல்ல மற்றொருப் பெண் சிரித்துவிட்டுக் காரை நோக்கிச் சென்றாள். அதற்குள், கார் புறப்பட்டது. கார் போகும் வரை ரஃபியும், சுந்தரும் காரையே பார்த்துக்கொண்டிருந்தனர்.

பெருக்கிக்கொண்டிருந்த பெண்கள் மெல்ல நகர்ந்து சுந்தர் அருகில் வந்ததும் சுந்தர் கண்ணாடி வழியாகப் பார்த்த பெண்ணிடம்,

“அக்கா.. உள்ள அப்படி இன்னாதான் பாத்தீங்க.”

“அடப்போப்பா வேலையப் பாத்துகினு” என்றாள் அந்தப் பெண் சிரித்துக்கொண்டே.

ஏதே விவகாரமான ஒன்றைத்தான் அவள் பார்த்திருக்கிறாள் என்று நினைத்துக்கொண்டான் சுந்தர்.

“டேய், போலாண்டா” என்றான் ரஃபி.

“ம்.”

“காலையில வரேன் கிளம்பி ரெடியா இரு. அவரு ஆபிஸுக்குப் போயிட்டு வரலாம்.”

“காலங்காத்தால வந்து நிக்காத. பத்து மணிக்கு மேல வா.”

ரஃபி அதற்குப் பதில் எதுவும் சொல்லவில்லை. இருவரும் தங்களது பைக்கில் புறப்பட்டனர்.

கொஞ்ச தூரம் சென்றதும் திரும்பிப்பார்த்தான் சார்லஸ். பின்னால் யாரும் வரவில்லை என்பதை உறுதிசெய்துக்கொண்டு வண்டியை ஓரங்கட்டி நிறுத்தினான். கீழே இறங்கி ஓரமாகச் சென்று சிறுநீர் கழித்துவிட்டு வந்து வண்டியின் மேல் ஒரு காலைத் தூக்கி வைத்துக்கொண்டு தன் பாக்கெட்டில் இருந்த செல்போனை எடுத்து டயல் லிஸ்ட்டில் முதலில் இருந்த எண்ணிற்கு அழைத்தான். முழு ரிங்கும் போய் கால் கட் ஆகியது. மீண்டும் முயற்சி செய்தான். அதே பலன் தான் கிடைத்தது. சலிப்புடன் போனை பாக்கெட்டில் வைத்துக்கொண்டு வண்டியில் அமர்ந்தான். போன் அடித்தது. எடுத்துப்பார்த்தான், எதிர்பார்த்த எண் என்றதும் அவன் முகத்தில் ஒரு சிரிப்புத் தோன்றியது.

“ஹலோ மது.. தூங்கிட்டியா?”

மறுமுனையில் தூக்கக் கலக்கத்தில் பதில் வந்தது. “எப்போ தூங்கினன்னு தெரிலடா.”

"பரவாயில்ல விடு."

"என்னாச்சுடா?"

"அவனுங்க பெருசா பிளான் பண்றானுங்க. அவங்க ஏரியா எம்.எல்.ஏ மூலமா ஒரு ஆளப்புடிச்சிட்டானுங்க."

"அய்யோ! அப்பறம்."

"அந்தாளு செம வெய்ட் போலருக்குது."

"நாம சும்மா இருந்தோம்னா, ஈசியா முடிச்சிட்டு போயிடுவானுங்க."

"என்னடா பண்றது? இந்த ஜென்னி என்ன சொன்னாலும் கேக்க மாட்டேங்கிறாளே. சரி எக்கேடு கெட்டு ஒழிஞ்சிபோன்னும் விட முடியல."

"கவலப்படாத எதாவது வழிகிடைக்கும். எதுவும் முடியலனா ஜென்னி அப்பாகிட்ட சொல்லிடலாம்."

"அதுக்கு ஏண்டா வெய்ட் பண்ணனும்? இப்பவே சொல்லிடலாம்."

"இப்போ சொன்னா அவன் நல்லவனாயிடுவான். அது வேலைக்காவாது."

சார்லஸ் பேசிக்கொண்டிருக்கும் போதே அவன் பைக்கை யாரோ தட்ட அவன் திரும்பிப்பார்த்தான். இரண்டு கான்ஸ்டபிள்கள் நின்றிருந்தனர். அவர்களைப் பார்த்ததும் பைக்கில் இருந்து எழுந்தான்.

"சார்."

"இங்க இன்னாப்பா பண்ற?"

"போன் வந்தது. அதான் ஓரங்கட்டிட்டுப் பேசனேன் சார்."

"எங்கருந்து வர?"

"படம் பாத்துட்டு வரேன் சார்."

"டிக்கெட் எங்க?"

பாக்கெட்டைத் தடவுவது போல் நடித்த சார்லஸ், பிறகு அவர்களிடம் திரும்பி, "சார். ஃபிரண்ட் கிட்ட இருந்துச்சு அவன் எடுத்துனு போயிட்டான் சார்."

"போன்ல யாருபா."

"வீட்டுலருந்து தான் சார். எங்க இருக்கன்னு கேட்டாங்க. வந்துகிட்டு இருக்கன்னு சொல்லிட்டு இருந்தேன்."

"இங்கலாம் நிக்காத கிளம்பு"

என்று சொல்லிவிட்டு அவர்கள் புறப்பட்டனர். கடைசிவரை பின்னால் உட்கார்ந்திருந்த கான்ஸ்டபிள் எதுவுமே பேசவில்லை. சார்லஸ் செல்போனைப் பார்த்தான். கால் கட் ஆகவில்லை. காதில் வைத்து ஹலோ என்றான்.

மறுமுனையில் மது சிரித்துக்கொண்டிருந்தாள்.

"எதுக்கு சிரிக்கற?"

"இப்படிப் பம்பற."

"பின்ன, சண்டையா போடச் சொல்ற."

"சரி.. வீட்டுக்குப் போ. நாளைக்குப் பேசிக்கலாம்."

"பை" என்றான் சார்லஸ்.

மறுமுனையில் பை சொல்லாமல் கட் ஆகியது. அவன் போனை பையில் வைத்துக்கொண்டு, பைக்கை ஸ்டார்ட் செய்து புறப்பட்டான்.

8

கடற்கரையில் இருந்த டூப்ளக்ஸ் சிலையிலிருந்து இரண்டு தெருக்கள் தள்ளி, பாண்டிச்சேரிக்கே உரிய மஞ்சள் நிறத்தில் பிரெஞ்சு முறைப்படி இருந்தது அந்தக் கட்டிடம். உயரமாக வெள்ளைக் கதவுகளுக்கு இருபுறமும் தொட்டிகளில் செடிகளும், வலதுபுறம் பெரிதாக ஒரு தூங்குமூஞ்சி மரமும் வாசலுக்கு முழுவதும் நிழல்தரும் வகையில் இருந்தது. வாரநாட்களில் குறிப்பிட்ட நேரங்கள் தவிர மற்ற நேரங்களில் ஆள் நடமாட்டம் அதிகமில்லாமல் இருக்கும், சஃப்ரான் சாலையில் அமைந்திருந்தது அலையன்ஸ் பிரான்ஸிஸ் பிரெஞ்சு பள்ளி.

பிரெஞ்சுக்காரர்கள் அங்கொன்றும், இங்கொன்றும்தான் தென்படுவார்கள். மற்றபடி முழுக்க பாண்டிச்சேரி மாணவர்கள்தான் படித்துக்கொண்டிருந்தார்கள். பிரெஞ்சு ஆட்சிக் காலத்தில் பாண்டிச்சேரியில் இருந்து அவன் போகும்போதுகொடுத்த பிரெஞ்சு நேஷனாலிட்டியை வாங்கியவர்களும், நேஷனாலிட்டி இல்லாவிட்டாலும் எப்படியாவது நன்றாகப் பிரெஞ்சு படித்தால் பிரான்ஸ் போய்விடலாம் என்று ஒரு பிரிவும், பிரெஞ்சுப் பெண்ணைக் கட்டிக்கொண்டால் பிரான்ஸ் போய்விடலாம் என்று ஒரு பிரிவும் படிக்கும் பள்ளி.

உண்மையில் இந்தப்பக்கம் அரியாங்குப்பம் தாண்டியும், அந்தப்பக்கம் வில்லியனூரைத் தாண்டியும் வாழ்பவர்களே உண்மையான பாண்டிச்சேரி மக்கள். இன்று டவுன் ஏரியாவில் வசிக்கும் பெரும்பான்மையானவர்கள், விழுப்புரம், செஞ்சி, திண்டிவனம் பகுதிகளில் இருந்து பிரெஞ்சுக்காரனின் ஆலைகளில் வேலை

செய்வதற்காக வந்து, பிறகு இங்கேயே தங்கிவிட்டார்கள் எனவும் வரலாறு சொல்கிறது. பாரதி மில், சுதேசி மில், மற்றும் ஆங்கிலோ பிரெஞ்சு ஆலை என மூன்று முக்கியமான ஆலைகள் பாண்டிச்சேரி மக்களின் வாழ்வாதாரத்தைக் கவனித்துக்கொண்டிருந்தன. அந்த ஆலைகளில் ஆயிரக்கணக்கான மக்கள் வேலை செய்துகொண்டிருந்தார்கள். ஆலைகள் நன்றாக இயங்கிக்கொண்டிருந்த சமயத்தில் ஊரில் எந்தப் பகுதிக்குச் சென்றாலும் கருநீல பேண்ட்டும், வெளிர் நீலச் சட்டையும் அணிந்த யாராவது ஒருத்தராவது கண்ணில் பட்டுக்கொண்டே இருப்பார்கள். ஆட்சியாளர்கள் திறம்பட ஆட்சி செய்தமையால் ஒவ்வோர் ஆலையாக இழுத்து மூடப்பட்டுவிட்டன.

இதுபோக கடற்கரைகளில் வாழும் மீனவர்களும், பூர்வகுடி பாண்டிச்சேரி வாசிகளாகவே கருதப்படுகிறார்கள்.

காலையிலேயே ஜென்னி வந்துவிட்டாள். வகுப்புக்குப் போகாமல் அடுத்த தெருவில் இருந்த ஒரு காஃபி ஷாப்பில் தன் தோழி மதுமிதாவுடன் அமர்ந்திருந்தாள். அந்தக் காஃபி ஷாப் எப்போதுமே அரை இருட்டில் இருக்கக்கூடியது. வட்டமான சிறு சிறு டேபிள்களும் அதைச் சுற்றி மூன்று மூங்கில் நாற்காலிகளும் என ஆறு இடங்களில் பிரித்துப் போடப்பட்டு, மெல்லிய ஜாஸ் இசை வழிந்தோடியபடி இருக்கும். காலியான உயர்ரக மதுபாட்டில்கள் தொங்கியபடி, காலை வெயில் உள்ளேவரும்போது அது பாட்டிலினுள் ஊடுருவி அந்தக் காபி ஷாப்புக்கு வித்தியாசமான ஓர் ஒளியமைப்பைக் கொடுக்கும்.

எப்போதுமே அங்கு கும்பல் இருக்காது. தனிமையாக ஏதாவது பேசியபடி இருக்கச் சிறந்த இடம். பெரும்பாலும் பிரெஞ்சுக்காரர்களும், பிரெஞ்சுப் பள்ளியில் படிப்பவர்களும் கூடும் இடம். அதிகமாக பிரெஞ்சு உணவுகள், பக்கெட்

என்று அழைக்கப்படும் பிரெஞ்சு ரொட்டிகள், பீட்சா, கேக்குகள் மற்றும் பால் கலக்காத எக்ஸ்பிரஸோ காபி தான் அவர்கள் மெனு. எப்போதும் ஒருவன் மட்டுமே கவுண்டரில் நின்றிருப்பான். அவனே பில் போடுவான். அவனே பரிமாறுவான். அங்கு வருபவர்கள் பில் போட்டு உணவை வாங்கிக்கொண்டு வந்து அமர்ந்துகொள்வார்கள். நேராக வந்து இருக்கையில் அமர்ந்துகொள்பவர்களிடம் அவன் வெகு நேரம் கழித்தே சென்று, என்ன வேண்டும் என்று கேட்பான்.

கடற்காற்றின் குளிர்ச்சி ஜன்னல் வழியாக ஊடுருவி உடலை நடுங்கச் செய்துகொண்டிருந்தது. அந்தக் காலை நேரத்தில் ஜென்னி வெள்ளை நிற டாப்ஸும், கறுப்பு ஸ்கர்ட்டும் அணிந்திருந்தாள். தலையை வாராமல் விட்டிருந்தாள். இறுக்கமாக இருந்த டாப்ஸ் அவளின் உடல் அளவுகளை எடுப்பாகக் காட்டியது. ஆனாலும், அவளின் உயரம் சராசரியைவிடச் சற்றுக் குறைவாக இருப்பதால், அவளிடம் இருக்கும் மற்ற எந்த அழகும் அவளுக்கு இதுநாள் வரை பெரிதாகத் தெரியவில்லை. தன் உயரக் குறைவையே நினைத்துப் புழுங்கிக்கொண்டிருந்தாள். மதுமிதா நீலநிற ஜீன்ஸும், மஞ்சள் நிற டாப்ஸும் அணிந்திருந்தாள். ஜென்னியின் முன்பாக அவள் ஓர் அழகி என்பதுபோல் கர்வமாக உட்கார்ந்திருந்தாள்.

இவர்கள் வந்து நெடுநேரம் கழித்த பிறகு வெய்ட்டர் இவர்களின் அருகில் வந்து பவ்யமாக,

"போஞ்சூர் மதாம்" என்றான்.

அவனுக்குப் பதில் வணக்கம் சொல்லிவிட்டு இரண்டு எக்ஸ்பிரஸோ ஆர்டர் செய்தனர்.

ஜென்னி வந்ததிலிருந்து பதற்றமாகவே காணப்பட்டாள். *மதுமிதா, அவளாகவே ஆரம்பிக்கட்டும் என்று காத்திருந்தாள்.*

வெய்ட்டர் இரண்டு சிறிய வெள்ளை நிறக் கோப்பையில் எக்ஸ்பிரஸோ கொண்டுவந்து வைத்துவிட்டு,

“எனிதிங்?” என்றான்.

ஜென்னி புன்னகையுடன் “மெர்சி” என்றாள். அவனும் ஒரு புன்னகையைப் பதிலளித்துவிட்டு நகர்ந்தான்.

ஜென்னி அதை லாவகமாக எடுத்து ஒருவாய் குடித்துவிட்டு வைத்தாள். அதன் சுவையைக் கண்களை மூடி அனுபவித்தாள்.

பொறுமையிழந்த மதுமிதா, முதலில் அவளே ஜென்னியிடம் கேட்டாள்.

“எதுக்கு, இப்போ இங்கயே உக்காந்து இருக்க?”

காபியிலிருந்து கண்களை விலக்கிய ஜென்னி அவள் முகத்தைச் சில நொடிகள் உற்றுப்பார்த்துவிட்டு “இல்ல. ரஃபி வரன்னு சொன்னான். அதான்” என்றாள்.

“எத்தன மணிக்கு வரன்னு சொன்னான்?”

“12 மணிக்கு.”

“இப்ப மணி என்ன?”

“10:30”

மதுமிதா ஜென்னியை முறைத்துப்பார்த்தாள். ஜென்னி தொடர்ந்தாள்,

“இல்லடி முக்கியமான விஷயம். அதான் எனக்கு டென்ஷன் தாங்கல.”

“என்ன முக்கியமான விஷயம்?”

“அப்பறம் சொல்றன்.”

“நீங்க ரிஜிஸ்டர் மேரேஜ் பண்ணப்போறீங்க.. அதான.”

ஜென்னி மதுமிதாவை ஆச்சர்யமாகப் பார்த்தாள். யாருக்கும் தெரியாமல் ரகசியமாகப் பார்த்துப் பார்த்துப் போட்ட திட்டம் இவளுக்கு எப்படித் தெரிந்தது. யார் சொல்லியிருப்பார்கள் என்று யோசித்தாள். சந்தேகமே இல்லாமல் சார்லஸ் தான் என்று முடிவுக்கு வந்தாள்.

“ஆமா” என்றாள்.

“எதுக்குடி அவசரப்படற. இன்னும் வீட்டுல யாருக்கும் தெரியாது. தெரியர வரைக்கும் ஜாலியா இருக்க வேண்டியது தானே. எதுக்கு நீயாப் போயி மாட்டிக்கற?”

ஜென்னி மதுமிதாவை முறைத்தாள்.

“மது இது என் பர்சனல். என்ன பண்ணனும்னு எனக்குத் தெரியும்.”

இப்போது மதுமிதாவுக்கும் கோபம் வந்தது. இருந்தாலும், அதைக் காட்டிக்கொள்ளாமல் ஜென்னியைக் காயப்படுத்தும் சந்தர்ப்பத்திற்காகக் காத்திருந்தாள். சிறிது நேரத்திற்குப் பிறகு ஜென்னியே தொடர்ந்தாள்.

“இங்க பாரு மது, மத்தவனுங்களாம் என்னக் குட்டச்சி குட்டச்சினு ஓட்டனப்போ அவன்தான் என்ன மதிச்சான். என்ன மதிக்கறவங்கதான் எனக்கு முக்கியம்.”

மதுமிதா எதிர்பார்த்த சமயம் கிடைத்துவிட்டதாக அவளுக்குத் தோன்றியது. தனக்கான வார்த்தைகளைத் தெளிவாகத் தேர்ந்தெடுத்து ஜென்னியை நோக்கித் தொடுத்தாள்.

“சும்மா இந்தக் கதையெல்லாம் உடாத, அவன்கூட படுத்துட்டன்னு சொல்லு, ஏதாவது ஆயிருக்கும் அதான் இப்படித் துடிக்கற.”

ஜென்னிக்குக் கோபம் வந்து பெரிதாக ஏதாவது உளறுவாள் என மதுமிதா எதிர்ப்பார்த்தாள். ஆனால், ஜென்னி அதற்குப் பெரிதாக எந்த எதிர்வினையும் ஆற்றாமல், வேறு ஏதோ யோசித்துக்கொண்டிருந்தது மதுமிதாவுக்கு ஆச்சரியமாக இருந்தது.

"ஏய் அப்ப நான் சொன்னது உண்மைதானா."

ஜென்னி மதுமிதாவை உற்றுப்பார்த்துக்கொண்டிருந்தாள். அவள் என்ன பதில் சொல்லப்போகிறாள் என மதுமிதா ஆர்வமாக ஜென்னியையே பார்த்துக்கொண்டிருக்க, "ஜென்னி" அழைக்கும் சத்தம் கேட்டு இருவரும் திரும்பிப்பார்த்தனர். அங்கே சார்லஸ் நின்றிருந்தான்.

சார்லஸைப் பார்த்ததும் ஜென்னியின் முகம் மலர்ந்தது.

"சார்லஸ், ரஃபி எங்க?"

"தெரிலயே, காலையில் போன் பண்றன்னு சொன்னான். பண்ணல, வீட்டுக்குப் போனேன், 'கிளம்பிட்டான்'னு சொன்னாங்க. சரி, இங்க இருப்பான்னு வந்தேன். இங்கயும் வரலையா?"

"இல்லையே" என்று சொல்லிவிட்டு ஜென்னி தன் செல்போனை எடுத்து எதையோ பார்த்தாள். அந்த நொடி சார்லஸும், மதுமிதாவும் ஒருவரை ஒருவர் பார்த்துக்கொண்டனர். மீண்டும் ஒரு எக்ஸ்பிரஸோ ஆர்டர் செய்து குடித்துவிட்டுக் காத்திருந்தனர்.

ஜென்னி செல்போனையே பார்த்துக்கொண்டிருந்தாள். சார்லஸ் மதுமிதாவிடம் ஜாடைகாட்டி என்னாச்சு, என்று கேட்டான். அவள் கோவமாக இருப்பதுபோல் அவனுக்குப்பட்டது. ஏதோ பேசியிருக்கிறார்கள் என்று நினைத்துக்கொண்டான். மூவரும் அமைதியாக இருந்தனர். என்ன நடந்தது என்று தெரிந்துகொள்ள சார்லஸ்

துடித்துக்கொண்டிருந்தான். தன் மொபைலை எடுத்து மதுமிதாவிற்கு மெசேஜ் செய்தான். மதுமிதாவின் மொபைல் மெசேஜ் ரிங்டோன் கேட்டது. அவளுக்கு சார்லஸ் தான் என்று தெரியும். அவள் உடனே எடுத்துப் பார்க்கவில்லை. பிறகு எதார்த்தமாகப் போனை எடுப்பது போல் எடுத்து மெசேஜைப் பார்த்துவிட்டு சுருக்கமாகப் பதிலளித்தாள். சார்லஸும் மதுமிதா செய்தது போலவே செய்தான். அவள் பதிலைப் பார்த்ததும் சார்லஸ் எரிச்சலடைந்தான். பிறகு மெல்ல ஜென்னியிம் பேச்சுக்கொடுத்தான்.

"ஜென்னி."

"ம்."

"நல்லா யோசிச்சிதான் முடிவெடுத்தியா."

அவள் பதிலேதும் சொல்லவில்லை.

"இல்ல எனக்குக் கொஞ்சம் பயமா இருக்கு."

"ரஃபி பயப்படல. அதனால தான் அவனக் கட்டிக்கிறேன்."

சார்லஸுக்கு சுருக்கென்றிருந்தது. அவன் கோபமாக எதையோ சொல்லமுயன்றபோது மதுமிதா அவனைத் தடுத்தாள்.

"சார்லஸ் கொஞ்ச நேரம் சும்மாயிரேன்."

அவன் அமைதியாகச் சாய்ந்து உட்கார்ந்துகொண்டான். அதன் பிறகு யாரும் எதுவும் பேசவில்லை. சார்லஸும் மதுமிதாவும் தங்கள் மனதிற்குள் ஆளுக்கொரு திட்டம் வகுக்கத் தொடங்கினர்.

கொஞ்ச நேரத்திலேயே ரஃபியும் சுந்தரும் வந்தார்கள். இருவருமே களைத்துப்போயிருந்தார்கள். பின்னால் உட்கார்ந்திருந்த ரஃபி இறங்கியதும் சுந்தர் ஏதோ செய்கை

செய்துவிட்டு வண்டியில் புறப்பட்டான். அவன் சிகரெட் பிடிக்கத்தான் செல்கிறான் என்று அனைவருக்கும் தெரியும். அவன் போவதை சார்லஸ் எரிச்சலுடன் பார்த்துக்கொண்டிருந்தான்.

கஃபே உள்ளே சென்ற ரஃபி, ஜென்னியைத் தனியாக அழைத்தான். ஏதோ சொல்ல முயன்ற சார்லஸைத் தடுத்து நிறுத்திய ரஃபி "ஒரு நிமிஷம் இருடா வரேன்" என்று சொல்லிவிட்டு ஜென்னியை அழைத்துக்கொண்டு வெளியே சென்றான். இருவரும் எதிரில் கடற்கரை ஒட்டி இருந்த சிமெண்ட் இருக்கையில் அமர்ந்தனர்.

"என்னடா ஆச்சி?"

"எல்லா ஏற்பாடும் பண்ணியாச்சு. ஆனா, உன்னோட சில சர்ட்டிபிகேட்ஸ் வேணும்."

9

ஆதியுடன் பேசிவிட்டு வீட்டிற்கு வந்த பிறகு ரஃபி துளிகூட தூங்கவில்லை. எப்போது விடியும் என்றே காத்திருந்தான். தான் அடையப்போவது சாதாரண விஷயமில்லை என்று அவன் நினைத்தான். அதை அடைய ஒரு யுத்தத்திற்கே சிலர் தயாராக இருந்தனர். அது பலருக்குக் கனவு, ஆசை, லட்சியம், வெறி. ரஃபிக்கு இருந்தது கனவு. அந்தக் கனவு இருக்கும் கோட்டைக்கான சாவிதான் ஜென்னியே தவிர, ஜென்னி அந்தக் கனவல்ல என்று கருதினான்.

சிறுவயதிலிருந்தே ரஃபிக்கு, பிரான்ஸ் மேல் ஓர் ஈர்ப்பு ஏற்படத்துவங்கியிருந்தது. அதற்குக் காரணம் அவன் அப்பாவின் நண்பர் பிரான்சிஸ். அவர் தங்களைவிட வசதி குறைவானவர்தான். இருந்தாலும், அவருக்கும் அவர் தங்கைக்கும் தெரிந்தவர்களிடம் இருந்த செல்வாக்கும், மதிப்பும் கண்டு சிறுவயதில் ரஃபிக்கு ஆச்சர்யமாக இருக்கும். அதற்குக் காரணம் அவனுக்குப் போகப் போகப் புரிந்தது. அவர்களுக்கு பிரெஞ்சு நேஷனாலிட்டி இருந்தது. அவர் தங்கைக்குப் பதினெட்டு வயது ஆகத்தான் அவர்கள் காத்திருந்தார்கள். பதினெட்டு வயதானதும் லட்சங்களை அவர்கள் காலடியில் கொட்டி அவளைக் கட்டிக்கொள்ள ஒரு கூட்டமே அலைமோதியது. பிரான்சிஸ் திடீர் பணக்காரன் ஆனான். பிரான்சிஸ்க்கும் நேஷனாலிட்டி இருந்தாலும் ஆண்களைக் கட்டிக்கொண்டு பிரான்ஸ் போக விரும்பும் பெண்களைவிட, பெண்களைக் கட்டிக்கொண்டு பிரான்ஸ் போகத் துடிக்கும் ஆண்கள் தான் பாண்டிச்சேரியில் அதிகம். அண்ணன் தங்கை இருவரும்

ஆளுக்கு நான்கு, ஐந்து முறை திருமணமும் விவாகரத்தும் செய்து கோடிகளை நெருங்கிக்கொண்டிருந்தனர்.

பணத்தை விட அதிகமாக விரும்பப்படும் அந்த பிரெஞ்சு மதிப்பு தனக்கு வேண்டும் என்று அப்போதே அவன் கனவுகாண ஆரம்பித்தான். அதற்காகவே தெளிவாகக் காய் நகர்த்தி இப்போது ஜென்னியிடம் வந்திருந்தான்.

அவளுடன் நடக்கும்போது, இருவரின் உயர வித்தியாசத்தை மற்றவர்கள் கேலி செய்யும்போது அவமானத்தில் கூனிக் குறுகிப்போவான். ஆனால், அதை வெளிக்காட்டிக் கொள்ளாமல் ஜென்னியிடம் "அவங்களுக்கு உன் அரும தெரியல" என்று சிரித்துக்கொண்டே சொல்வான். ஜென்னி தன்னைவிட்டு விலகிப்போகாமல் இருக்க என்னவெல்லாம் செய்ய வேண்டும் என்று தெளிவாக இருந்தான். மெல்ல மெல்ல அவளுக்கு உடல் சுகத்தை ஏற்றி, அது இல்லாமல் தன்னால் இருக்க முடியாது என்று ஜென்னியின் வாயாலேயே சொல்ல வைத்தான். அவளுக்காகவே அவன் ஏதோ பெரும் தியாகம் செய்கிறான் என்று ஜென்னி நம்பத்தொடங்கினாள்.

இருவருக்குமான நெருக்கம் மதுமிதா, சார்லஸ் மற்றும் சுந்தரைத் தவிர யாருக்கும் தெரியாது. ரஃபி சுந்தரைத்தான் நம்பிக்கொண்டிருந்தான். வசதியானவன் இல்லையென்றாலும் அவன் தைரியம், ஆள்பலம் தனக்கு உதவும் என்று ஒரு கணக்குப்போட்டு வைத்திருந்தான். சுந்தருக்கு அவ்வப்போது தேவையான பண உதவிகள், சிகரெட், சரக்கு என அவனைத் தன் கைக்குள்ளேயே வைத்திருந்தான். சுந்தர் என்னவோ ரஃபி தான் தன் கைக்குள் இருப்பதாக நம்பிக்கொண்டிருந்தான்.

கல்யாணத்திற்குப் பிறகு ஜென்னியைக் கழட்டிவிட வேண்டும் என்றோ ஏமாற்றிவிடலாம் என்றோ அவன்

யோசிக்கவில்லை. அவனுக்குப் பிரான்ஸ் போக வேண்டும். அதற்காக அவன் ஜென்னியுடன் வாழவும் தயாராக இருந்தான்.

இரவு முழுக்க ரஃபிக்கு பல்வேறு சிந்தனைகள் ஓடிக்கொண்டிருந்தன. சார்லஸைப் பற்றி சுந்தர் சொன்னதை யோசித்துப் பார்த்தான். ஆரம்பத்தில் அவன் மதுமிதாவை நினைத்துதான் பயந்துகொண்டிருந்தான். இப்போது சார்லஸும் என்றதும் அவனுக்கு பயம் அதிகரிக்கத் தொடங்கியது. எந்தப் பிரச்சினையும் இல்லாமல் இதை எப்படியாவது முடித்துவிட வேண்டும் என நினைத்தபோது இதயம் வேகமாகத் துடிப்பதை உணர்ந்தான். எதை எதையோ யோசித்தபடி தூங்க முயன்றான். ஆனால், எதிர்பார்ப்பு அவனைத் தூங்கவிடவில்லை.

சுந்தரின் வீடு ரயில்வே ஸ்டேஷனுக்கு அருகிலிருந்த வாணரப்பேட்டையில் இருந்தது. சிமெண்ட் ஷீட் போட்ட அந்த வீட்டில் அவனும் அவன் அம்மாவும் மட்டும் இருந்தனர். சுந்தரின் அக்கா திருமணமாகிச் சென்றபின் அவர்களுக்கு அந்த வீடே போதுமானதாக இருந்தது. நுழைந்தவுடனே இடதுபுறம் சமையலறையும், வலதுபுறம் குளியலறையும் அதைத்தாண்டி உள்ளே சென்றால் சிறியதாக ஒரு படுக்கையறையும் கொண்ட சிறிய வீடு. பெரும்பாலும் பகலில் வீட்டில் யாரும் இருப்பதில்லை. சுந்தரின் அம்மா காலையிலேயே வேலைக்குச் சென்றுவிடுவாள். இரவு எட்டுமணிக்குத் தான் வீட்டுக்கு வருவாள். பலநேரம் அந்த வீடு யாருமில்லாமலேயே இருக்கும்.

எட்டு மணிக்கெல்லாம் ரஃபி சுந்தர் வீட்டுக்குச் சென்றுவிட்டான். சுந்தர் நன்றாக அசந்து தூங்கிக் கொண்டிருந்தான். அவன் அம்மா வேலைக்குச் சென்றிருந்தாள். தூக்கத்தில் எழுந்து ரஃபியைப் பார்த்ததும் கண்களைக் கசக்கிக்கொண்டே, "சாரிடா. தூங்கிட்டேன்.

பத்து நிமிஷத்துல கிளம்பிடறேன்" என்று சொல்லிவிட்டுத் தலையைத் தூக்கி சுவரில் மாட்டப்பட்டிருந்த கடிகாரத்தில் எட்டே கால் என்றிருந்ததைப் பார்த்தவன் ரஃபியை முறைத்தவாறே,

"ஏண்டா.. மணி இன்னாடா ஆவுது? பதினொரு மணிக்குத் தானடா வரச் சொன்னாரு."

"அதுவரைக்கும் வீட்லயே இருந்தா சார்லஸ் வந்துடுவான், நீதான் அவனக் கழட்டிவிட சொன்ன."

"சரி இரு மூஞ்சி கழுவிட்டு வரேன், தம்மடிச்சுட்டு வரலாம்."

ஐந்து நிமிடக் காத்திருப்பிற்குப் பிறகு இருவரும் நடந்தே சம்பா கோயிலைத் தாண்டி ரயில்வே ஸ்டேஷன் வரை நடந்து வந்தனர். சம்பா கோயில் திறந்திருந்தாலும் உள்ளே ஏசு நாதரைத் தவிர யாருமில்லை. கோவிலைக் கடக்கும் போது சிலுவையில் இருந்த ஏசுவை சுந்தர் ஒருமுறை எட்டிப் பார்த்தான். மெழுகுவர்த்தி ஒளியில் அந்த இடம் முழுக்க மின்னிக்கொண்டிருந்தது. அதைப் பார்க்க அவனுக்கு எப்போதும் பிடிக்கும்.

காலைநேரம் எங்கும் சுறுசுறுப்பாக இருந்தார்கள். தள்ளுவண்டிக் கடைகளில் சுடச்சுட இட்லிகள் விழுங்கப்பட்டுக்கொண்டிருந்தன. கேட்காமலே ஒவ்வொரு தட்டிலும் இட்லியும், மசால் வடையும் பரிமாறப்பட்டன. வடையை வேண்டாம் என்று திருப்பித் தருபவர்களைக் கடைக்காரர்கள் கேவலமாகப் பார்த்தார்கள். சுந்தர் சாப்பிடலாமா என்று ஒருகணம் யோசித்து பிறகு வேண்டாம் என்று முடிவு செய்து பெட்டிக்கடையை நோக்கி நடந்தான். சுந்தர் வந்து நின்றதும் கடைக்காரன் ஒரு கிங்ஸ் சிகரெட்டை எடுத்து வைத்தான். அதை எடுத்துப் பற்றவைத்துக் கண்களை மூடி ஆழமாக ஓர் இழு இழுத்தான். அதையே வைத்த கண் வாங்காமல் பார்த்துக்கொண்டிருந்தான் ரஃபி.

“ஏன்டா சிகரெட் தான இழுக்குற. அதுக்கு ஏன் இவ்ளோ சீன் போடற?”

தன் கையில் இருந்த சிகரெட்டை ரஃபியிடம் நீட்டினான் சுந்தர்.

“வேணாம்.. ஜென்னிய பாக்க போகணும்.”

முதல் சிகரெட்டை முடித்துவிட்டு இரண்டாம் சிகரெட்டைப் பற்ற வைத்துவிட்டு சுந்தர் ரஃபிடம்,

“மச்சான், பொண்ணு நாளைக்கு எஸ்ஸாயிடாதே.”

“அதெல்லாம் ஆவாதுடா.”

“அவ்ளோ கான்பிடண்ட்டா.”

“ஆவாத அளவுக்கு இன்னா பண்ணனுமோ அத பண்ணியாச்சு.”

இதைக் கேட்டதும் சுந்தர் சத்தமாகச் சிரித்தான்.

“ஏன்டா.. எந்தக் காலத்துலடா இருக்க நீயி. எங்கூட்டாண்டா ஒரு அக்கா ஆட்டோ ஓட்ற ஒரு அண்ணன லவ் பண்ணிச்சி. தெருவுக்கே தெரியும் அவங்க கதை. அவங்க ரெண்டு பேரும் மேட்டர் பண்றத நானே நிறைய வாட்டி பார்த்திருக்கறன். கடைசில அந்த அக்கா, அந்த ஆட்டோக்கார அண்ணன கட்டிக்கவேயில்ல தெரியுமா.”

ரஃபி அமைதியாக இருந்தான். சுந்தரைப் பார்க்காமல் தயங்கியவாறே பதில் சொன்னான்.

“மச்சான் எல்லாரும் ஒரே மாதிரி இருக்கமாட்டாங்கடா.”

சுந்தர் லேசாகச் சிரித்துக்கொண்டே “டேய் அங்க பாறேன்..”

சுந்தர் காட்டிய திசையில் ரஃபி பார்த்தான். அங்கே ஒரு பெண் தன் கணவனைத் தெருவில் போட்டுச் சாத்திக்கொண்டிருந்தாள். அவன் முடியைத் தரதரவென இழுத்துப் போட்டு எட்டி எட்டி அவன் மார்பில் மிதித்தாள். அவள் கணவன், அவளைப்பார்த்து "ஏன்டீ.. நீ ஊர் மேஞ்சிட்டு வந்துட்டு, ஏன்னு கேட்டா என்னயா உதைக்கற. இருடீ நான் யாருனு காட்டறேன்" என்று கீழே விழுந்து கிடந்த கைலியை எடுத்துத் தோளில் போட்டுக்கொண்டு வேகமாக நடந்தான். அதற்குள் சண்டை முடிந்துவிட்டதே என்று சுற்றி வேடிக்கைபார்த்துக்கொண்டிருந்த மக்கள் நகரத்தொடங்கினர். இந்தக் களேபரம் முடிவதற்குள் மூன்றாவது சிகரட்டை முடித்திருந்தான் சுந்தர்.

அனைவரும் சென்றுவிட்ட பிறகும் சுந்தர் அந்தப் பெண்ணையே பார்த்துக்கொண்டிருந்தான்.

"மச்சான் போலாமா" என்றான் ரஃபி.

சுந்தர் அவனைத் திரும்பிப் பார்க்கமலேயே "நான் சொன்ன அக்கா அவங்க தான் என்றான். ரஃபி அதிர்ச்சியாகத் திரும்பி மீண்டும் அந்தப் பெண்ணைச் சிறிது நேரம் பார்த்துவிட்டு,

"நல்லவேளை அந்த ஆட்டோ டிரைவர் தப்பிச்சான்."

இருவரும் மீண்டும் சுந்தர் வீட்டை நோக்கி நடந்தனர். சுந்தர் மறுபடியும் சம்பாக்கோயிலின் உள்ளே எட்டிப்பார்த்தான். இப்போது கோயிலின் வாசலில் விழுந்துகிடந்த இலைகளை ஓர் இளம்பெண் பெருக்கிக்கொண்டிருந்தாள். கரும்பச்சை வண்ணப் பாவாடையும், பூப்போட்ட மேல் சட்டையும் அணிந்திருந்தாள். ஒத்த சடை போட்டு அதன் முனையில் வெளிர்நீல ரிப்பன் ஒன்றைக் கட்டியிருந்தாள். அது பாதி அவிழ்ந்து தொங்கிக்கொண்டிருந்தது. முன்னந்தலை கலைந்து சில முடிகள் நெற்றியில் புரள, அதைத் தூக்கிவிட்டவாறே

இலைகளை லாவகமாகப் பெருக்கிக்கொண்டிருந்தாள். அவள் கண்கள் இன்னும் தூக்கத்திலிருந்து விடுபடாமல் தவித்துக்கொண்டிருந்தன. அவளைப் பார்த்ததும் சுந்தர் அப்படியே நின்றான். அவள் பெருக்கிக்கொண்டே யதார்த்தமாக அவனைப் பார்த்தாள். அவள் பார்த்ததும் சுந்தர் ஒரு வெட்கப்புன்னகை பூத்தான். சுந்தரைப் பார்த்ததும் அவள் கண்கள் விரிய நிமிர்ந்து அவனைப் பார்த்து சிரித்து 'சாப்பிட்டாயா' என்பது போல் செய்கை செய்தாள். அவன் இல்லை என்று தலையசைத்தான். இருவரும் ஒருவரை ஒருவர் பார்த்துச் சிரித்தபடி அப்படியே நின்றிருக்க, ரஃபி அவர்களையே மாறி மாறிப் பார்த்துக்கொண்டிருந்தான். ரஃபி பார்ப்பதை உணர்ந்த அவள் மீண்டும் பெருக்கத் தொடங்கினாள். இருந்தாலும் அவள் கண்கள் சுந்தரையே வட்டமடித்தன. சுந்தர் டாட்டா காட்டிவிட்டு வெட்கப்பட்டுக்கொண்டே நடந்தான்.

இருவரும் தெருவுக்குள் திரும்பியதும் தெருவின் வலதுபக்கம் இரண்டாவது வீட்டுவாசலில் ஒருவர் தன் ஆட்டோவைத் துடைத்துக்கொண்டிருந்தார். அவர் சுந்தரை அழைத்தார். அவர் குரல் கேட்டதும்தான் அவன் சுயநினைவிற்கே வந்தான். அவரைப் பார்த்ததும் உற்சாகமாகி,

"ரவிண்ணே."

அவர் சிரித்தவாறே "இன்னாடா ஆளே காணோம்" என்றார்.

"இன்னாணே உன் ஆளு அவங்க ஊட்டுக்காரன ரோட்டுல பரோட்டோ போட்டுகினு இருந்துச்சி." என்று சொல்லிக்கொண்டே, சுந்தர் ரவியை நெருங்கியதும் தான் கவனித்தான். ஆட்டோவின் பின்சீட்டில் அடிவாங்கிய அவள் கணவன் சுந்தரை முறைத்துக்கொண்டே அமர்ந்திருந்தான்.

சுந்தர் அதற்கு மேல் எதுவும் பேசாமல் "வரண்ணே" என்று சொல்லிவிட்டு நகர்ந்தான். அவரும் சிரித்துக்கொண்டே தலையாட்டினார். சுந்தர் திரும்பிப்பார்க்காமல் நடந்தான். அவன் காதில் இவ்வாறு விழுந்தது, "விடுடா.. சின்னப் பையன்."

சுந்தர் வீட்டிற்குச் சென்று குளித்துவிட்டுக் கிளம்பிவரும் வரை ரஃபி தவிப்புடனே காத்திருந்தான். இடையில் ஜென்னியிடமிருந்து அவனுக்குக் கால் வந்தது. கிளம்பி வந்துகொண்டிருப்பதாகவும், கஃபேவில் காத்திருக்கும்படியும் சொல்லி போனை வைத்தான்.

10

ரவி டைலர் தன் மகனைப் பள்ளிக்கூடத்தில் விட்டுவிட்டு புவன்கரே வீதியில் வந்துகொண்டிருந்தார். அவர் மகன் ஜீவானந்தம் பள்ளியில் எட்டாவது படித்துக்கொண்டிருந்தான். தாமதமாகத் திருமணம் செய்ததால் அவருக்குக் கிட்டதட்ட ஐம்பது வயதான போதுதான் அவர் மகன் எட்டாம் வகுப்பை நெருங்கிக் கொண்டிருந்தான். அவருக்குத் திருமணம் ஆகும் வரை தன் தொழிலில் நல்ல வருமானம் பார்த்துக்கொண்டிருந்தார். ஆனால், அதன்பிறகு ஏற்பட்ட மாற்றம் தொழிலில் அவருக்கு இறங்குமுகத்தைக் காட்டியது. மக்கள் ரெடிமேடுகளுக்கு மாறிவிட்டதால், முன்புபோல் பதற்றமில்லாமல் பலநேரம் சிரித்தமுகத்துடனே காணப்படுகிறார்.

ரவி டைலர் ஐந்தடி உயரமும் முன்னந்தலை வழுக்கையுமாகக் காணப்பட்டார். பின் மண்டையில் இருந்த கொஞ்ச முடியையும் போலிஸ் கட் செய்துகொண்டு முழு மொட்டை போல் காணப்பட்டார். கறுப்புக்கும், வெள்ளைக்கும், குண்டுக்கும், ஒல்லிக்கும் நடுவில் இருந்தது அவர் நிறமும் உருவமும். அவர் காலத்து பேஷன் ஆடைகளையே இன்னும் தன் கைப்பட தைத்து அணிந்துகொண்டிருந்தார்.

புவன்கரே வீதியிலிருந்து, ஏ.ஃப்.டி ரோட்டில் திரும்பியவுடன் இருக்கும் முதல் ஐந்து கடைகள் கொண்ட கட்டிடத்தில் மூன்றாவதாக நடுவில் இருக்கும் சிறிய டைலர்கடை அவருடையது. ரயில்வே கேட்டைத் தாண்டி வரும்போதே கடையின் அருகிலும் சாலையின் முனையிலும் சிறு சிறு குழுக்களாக மக்கள் எதையோ பார்த்துக்கொண்டிருந்ததைத் தூரத்திலிருந்தே கவனித்தவர், தன் டி.வி.எஸ். எக்சலின்

ஆக்ஸிலேட்டரைக் கொஞ்சம் அதிகமாகத் திருகி வேகமாகத் தன் கடையின் அருகே சென்று நிறுத்தினார்.

கடைக்கு எதிரில் காலியாக இருந்த இடத்தில், புதர்களும் குப்பைகளும் மண்டி, இரவில் குடிப்பவர்களுக்கும், அழுக்கடைந்த விலைமாதர்களுக்கும் இலவச இருப்பிடமாகவும், அந்த வழியாகப் போக வர இருந்தவர்களின் இலவசக் கழிப்பிடமாகவும் இருந்தது. அந்த இடம் இப்போது ஜேசிபி துணையுடன் சுத்தம் செய்யப்பட்டுக்கொண்டிருந்தது. அந்த இடத்தைச் சுற்றி ஒரு ஹவுஸிங் போர்டு இருந்தது. ஹவுஸிங் போர்டு மக்கள் இந்தக் காட்சியை மகிழ்ச்சியாகப் பார்த்துக்கொண்டிருந்தார்கள். தினமும் இரவுகளில் இங்கு நடக்கும் அட்டூழியங்களுக்கு ஒரு விடிவுகாலமே இல்லையா என்று இத்தனைகாலம் புலம்பிக்கொண்டிருந்தவர்களுக்கு இன்று காலை எழுந்ததும் நடந்துகொண்டிருப்பது ஓர் இனிய கனவுபோல் இருந்தது.

சண்டையில் ஆரம்பித்து, குடி, கஞ்சா, ரவுடிகள் பொருட்களை மறைத்து வைப்பது, பெண்களைக் கூட்டிக்கொண்டு வருவது என்று அந்த இடம் பலருக்கு வசதியாக இருந்தது. இதனால் இரவுகளில் ஹவுசிங் போர்டு மக்கள் அந்தப் பக்கம் போகவே அஞ்சினர். இப்போது எல்லாம் முடிந்துவிட்டதாக நினைத்து நிம்மதியடைந்தனர்.

ஜே.சி.பி. அந்த இடத்தை நிரவிக்கொண்டிருக்கும்போது வேடிக்கை பார்த்துக்கொண்டிருந்தவர்கள் ஆச்சர்யப்படும் வகையில் பல பொருட்கள் கிடைத்துக்கொண்டிருந்தன. காலி சரக்கு பாட்டில்கள், பயன்படுத்தப்பட்ட காண்டம் குவியல்கள், ஆண் மற்றும் பெண்களின் உள்ளாடைகள், அருகே இருக்கும் ஒரு பெண்கள் பள்ளியின் முழுச் சீருடை, புத்தகப்பை என, என்னவெல்லாமோ இருந்தது. பார்த்துக்கொண்டிருந்தவர்கள் ஆச்சர்யப்பட்டுத்

தங்களுக்குள் பேசிக்கொண்டார்களே தவிர யாருமே எந்தக் கேள்வியும் எழுப்பவில்லை.

கட்டுக்கதைகள் அதற்குள் உருவாக ஆரம்பித்திருந்தன. முன்னாள், இன்னாள் எம்.எல்.ஏ., எம்.பி., சில தொழிலதிபர்களின் பெயர்களைச் சொல்லி இந்த இடத்தை வளைத்துவிட்டதாகப் பேசிக்கொண்டார்கள். மேலும், காம்ப்ளக்ஸ், அப்பார்ட்மெண்ட் எனப் பல திட்டங்களையும் அவர்களே தீட்டினார்கள்.

சற்று நேரம் இதை வேடிக்கை பார்த்த டைலர், பிறகு கடைக்கும் சாலைக்கும் இடையே இருந்த பெரிய கால்வாய்க்குக் குறுக்கே போடப்பட்டிருந்த சிமெண்ட் பாதை வழியாகச் சென்று, தன் கடையைத் திறந்து வழக்கம்போல் பெருக்கி, தையல் மிஷினைத் துடைத்து அதற்கு எண்ணெய் போட்டுக்கொண்டிருந்தார். ஆனால், இத்தனை வேலைகளுக்கும் இடையில் அவர் கண், எதிரில் நடந்துகொண்டிருந்த வேலையிலேயே இருந்தது. வெயில் ஏற ஏறக் கூட்டம் குறையத் தொடங்கியது.

கடை முழுக்க ஆங்காங்கே சிவாஜியின் வெவ்வேறு புகைப்படங்கள் ஒட்டப்பட்டிருந்தன. தனியாகக் கடையில் வாங்கியது, பத்திரிகையில் கத்தரித்தது என இளமை முதல் முதுமை வரை பல்வேறு தோற்றங்களில் சிவாஜி டைலர் கடையில் வாழ்ந்துகொண்டிருந்தார். தன்னை ஒரு சிவாஜி ரசிகனாகக் காட்டிக்கொள்ள அவர் முயன்றார். உண்மையில் அவர் சிவாஜி ரசிகன் என்பதைவிட எம்.ஜி.ஆர் வெறுப்பாளர் என்றுதான் சொல்லவேண்டும். தான் சாதாரணமாக எம்.ஜி.ஆரைத் திட்டினால் அது பிரச்சினையாகிவிடும் என்பதால் சிவாஜி ரசிகன் என்ற போர்வைக்குள் அடங்கியிருந்தார். எம்.ஜி.ஆரின் மீது அவருக்கு இத்தனை வெறுப்பு வரக் காரணம் இல்லாமல் இல்லை.

1979ஆம் ஆண்டு பாண்டிச்சேரியை இரண்டாகப் பிரித்து ஒரு பகுதியைக் கடலூருடனும், மற்றொரு பகுதியைத் திண்டிவனத்துடனும் சேர்த்துவிட அப்போது தமிழகத்தின் முதல்வராக இருந்த எம்.ஜி.ஆரும், பிரதமாராக இருந்த மொரார்ஜி தேசாயும் பெரும் முயற்சி செய்தனர். அப்போது பாண்டிச்சேரியில் மிகப்பெரிய கலவரம் வெடித்தது. பலர் கைது செய்யப்பட்டனர். அப்போது சிறுவனாக இருந்த டைலரின் கண் முன்னாலேயே, அவர் அப்பா ரோட்டில் அடித்து இழுத்துச் செல்லப்பட்டார். அவர் திரும்பி வந்த பிறகு அவரால் முன்பு போல் நடக்க முடியாமல் ஆக்கப்பட்டிருந்தார். அதன் பிறகு, இதற்கெல்லாம் காரணம் எம்.ஜி.ஆர் தான் என்று அவர் மனதில் வடுபோல் பதிந்துவிட்டது. அன்றிலிருந்தே அவர் எம்.ஜி.ஆரின் தீவிர வெறுப்பாளராக மாறிவிட்டார்.

டைலர், கடையைத் திறந்த சிறிது நேரத்திலேயே அங்கு வந்து சேர்ந்தான் அசோக். அவனைப் பார்த்ததும் டைலருக்கு,தன் கேள்விக்கு விடை கிடைத்துவிடும் என்று நம்பிக்கை வந்தது, மலர்ந்த முகத்துடன்,

"வாடா.. இன்னா ஒரு வாரமா ஆளையே காணோம்" என்று அவனிடம் கேட்டுக்கொண்டே தன் தலைக்கு மேலே தைக்கப்பட்டுத் தொங்கிக்கொண்டிருந்த, தைத்த சட்டைகளில் பழைய சட்டை ஒன்றை எடுத்து தூசியைத் தட்டி மடித்துவைத்தார். இதுபோல் வாங்காமல் விடப்பட்ட சட்டைகளை அவர் அவ்வப்போது அசோக்கிடம் தந்துவிடுவார்.

"போஞ்சூ.. டைலர்."

"இன்னாது?

"பிரெஞ்சுல வணக்கம் சொன்னன்."

"நாசமாப் போச்சி."

"பிரெஞ்சு கிளாஸ் சேர்ந்துக்கிறேன் டைலர்."

"எப்புடிடா? அலையன்ஸ்ல தான் சேக்கமாட்டாங்கனு சொன்ன."

"அங்க இல்ல டைலர், முல்லா வீதில ஒரு இடத்துல சேர்ந்துகிறேன். நிறையப் பேர் படிக்கறாங்க. ஒரு நாளைக்கு இரண்டு மணி நேரம்."

"வேல?"

"உட்டுட்டேன். மேட்டுப்பாளையம் வரைக்கும் போயிட்டு வந்து கிளாஸ்க்கெல்லாம் போவமுடியாது டைலர். இரண்டு ஷிப்ட் வேற, டையம் மாறி மாறி முடியாது. அதான் உட்டுட்டேன்."

டைலர் அமைதியாக இருந்தார். அவன் சொன்னதுக்குப் பதிலேதும் சொல்லாதது அவனுக்கு ஒரு மாதிரி இருந்தது. சிறிது நேரம் அமைதிகாத்துவிட்டு மீண்டும் தொடர்ந்தான்.

"டைலர். இவங்களே கோர்ஸ் முடிச்சி எக்ஸாமுக்கு அனுப்பறாங்க. மூணு கிரேட் முடிச்சிட்டா, ஸ்காலர்ஷிப்ல ஈசியா பிரான்ஸ் போயிடலாம். எவன் தயவும் தேவையில்லை. அலையன்ஸ் பிரான்ஸில் மூலமாத்தான் போவ முடியும்னுலாம் இல்ல. எப்படி வேணா போலாம்."

"எப்படி வேணா போலாம்டா. அதுக்குக் காசு இருக்கணும். காசு இருந்தா நேஷ்னாலிட்டி பொண்ண கட்டிகினு கூடப் போயிடலாம். நமக்குத்தான் இங்க கஞ்சிக்கே நக்குதே."

"டைலர் இப்பிடியே பேசிக்கினு இரு. கடைசி வரைக்கும் இப்பிடியேதான் இருப்ப. என்னிக்குனா உன் வாயில் நல்ல வார்த்த வந்துகிதா."

பாரிஸ் ❁ 83

“நல்ல வார்த்ததான, இந்தா வாங்கிக்க. உங்க அம்மா இந்த மாசம் சீட்டு காசு இன்னும் தரல, அது இல்லாம ஒரு இரண்டாயிரம் தரணும் அதுவும் இன்னும் வரல. அத வாங்கினு வந்து குடுத்துட்டு பிரான்ஸ் போடா ராசா. நானே உனுக்குப் பிளைட்டு வரைக்கும் பைய தூக்கினு வரேன்.”

“இந்தக் காசு மேட்டரலாம் எங்கம்மாகிட்ட பேசிக்க டைலர்.”

“உங்கம்மா கிட்ட கேட்டா இன்னா சொல்லும், அந்த சனியன்புடிச்சவன் வேலைக்கே போறதில்லனு ஒப்பாரி வைக்கும்.”

அசோக் அமைதியாக இருந்தான். எதிரில் நடந்து கொண்டிருந்த கூத்தைப் பார்த்துக்கொண்டிருந்தான். சத்தம் அதிகரித்தவாறே இருந்தது.

டைலர் தன் இருக்கையில் இருந்து எழுந்துவந்து அவன் அருகில் நின்றார். மெல்ல இதுவரை எதுவுமே நடக்காத மாதிரி அவனிடம் கேட்டார்.

“இன்னாடா வருது இங்க?”

“பெட்ரோல் பங்க் டைலர்.”

டைலர் பதில் கேள்வி எதுவும் கேட்கவில்லை. அவன் சொன்னால் சரியாகத்தான் இருக்கும். இருவரும் அங்கு நடப்பதையே வேடிக்கை பார்த்துக்கொண்டிருந்தனர். அவர்கள் இருவரையும் கடந்து சென்று அந்த வரிசையில் முதலாவதாக இருந்த கடையைத் திறந்தான் குணா. அவன் கடையைத் திறந்து பெருக்கி விளக்கேற்றி பாடல் ஒலிக்க விடும்வரை காத்திருந்த அசோக்,

“டைலர், இதோ குணா அண்ணனப் பாத்துட்டு வந்துடறன்” என்று சொல்லிவிட்டு நகர்ந்தான். அவன் தன்னைப் பார்க்க

வரவில்லை என நினைத்துக்கொண்டார். டேபிளின் மேல் இருந்த சட்டையை எடுத்து ஓரமாக வைத்துவிட்டு வேலைகளைத் தொடங்கினார்.

“அண்ணா வணக்கம்ணா” என்ற குரல் கேட்டுத் திரும்பிப் பார்த்தான் குணா. அசோக் நின்றிருக்க “வாடா தம்பி” என்றார். உள்ளே சென்ற அசோக், குணாவுக்கு எதிராக இருந்த பிளாஸ்டிக் நாற்காலியில் அமர்ந்தான். இதுவே அங்கு ஆதி இருந்திருந்தால் அவர் அமரச் சொல்லும்வரை அமர்ந்திருக்க மாட்டான்.

டைலர் கடையை விட அந்தக் கடை அளவில் மிகப்பெரியது. ரியல் எஸ்டேட் என்று போர்டு போட்டிருந்தாலும் பல வேலைகளை அவர்கள் இங்கு செய்துவந்தனர். அதில் சில வேலைகள் தில்லாலங்கடி வேலைகள். டைலர் வெளியில் இவர்கள் மாமா வேலை செய்வதாகவே சொல்லிவந்தார். டைலர் அப்படிச் சொல்லிக்கொண்டு திரிவ்தால் இவர்கள் டைலர் மேல் வெறுப்பாகவே இருந்தார்கள். அவரை ஏதாவது செய்யக் காத்திருந்தார்கள்.

“இன்னாடா விஷேசம்?” என்றார் குணா.

“நைட் ஆதியண்ணனப் பாத்தேன். ஏதோ ரிஜிஸ்டர் மேரேஜ், சாட்சி கையெழுத்துப் போடணும்னு, காலையில் உங்களப் பாக்க சொன்னாருண்ணா.”

“ஆமாடா, டேட் இன்னும் கன்பார்ம் ஆகல, ஆனதும் சொல்றேன். கதிருகிட்டயும் சொல்லிடு.”

“சரிணா. எதாவது வில்லங்கமான கல்யாணமா? நைட் அண்ணனே வந்து பேசிகினு இருந்தாரு.”

“ஆமாடா.. பொண்ணு நேஷ்னாலிட்டி பொண்ணு, அதுவும் சொல்தா பேமிலி. அந்தப் பொண்ண ஒருத்தன் உஷார்

பண்ணிட்டான். எப்புடியும் ஊட்டுல ஒத்துக்கமாட்டாங்க, அதான் பையன் உஷாரா பிளான் பண்றான்.”

“ஓ.. அதான் அண்ணனே இறங்கிட்டாரா. சரிணா.. நான் இரண்டு நாள் கழிச்சி வரேன்” என்று சொல்லிவிட்டு மீண்டும் டைலர் கடை வாசலிருந்த நாற்காலியில் வந்து அமர்ந்தான்.

இரவு பார்த்த அந்தப் பையனை எங்கே பார்த்தோம் என்று இப்போது அசோக்கிற்கு நினைவிற்கு வந்தது. அலையன்ஸ் பிரான்ஸிஸ் வாசலில் நின்று சைட் அடித்துக்கொண்டிருக்கும் போது அவனை அங்கு அடிக்கடி பார்த்தது நினைவிற்கு வந்தது. அதுவுமில்லாமல் பீச்சில் நடந்த பிரெஞ்சுக் கலாச்சாரத் திருவிழாவில் இவன்தான் ஒரு குள்ளப்பெண்ணை அணைத்துக் கொண்டிருந்தான். அவன் மேல் பொறாமையும், கோபமுமாக வந்தது. கொஞ்சம் வசதியான குடும்பத்தில் பிறந்திருந்தால் தானும் அங்கு படித்து எவளையாவது கரெக்ட் செய்து தன் ஆசையை நிறைவேற்றி இருக்கலாம் என்று தோன்றியது. இப்படி நினைத்தவுடனே தன் சிறுவயதிலேயே இறந்துபோன அப்பா மீதும், தன் அம்மா மீதும் அவனுக்குக் கோபம் அதிகரித்தது. நினைவுகள் தன்பாட்டிற்குக் கட்டுப்பாடிழந்த குதிரைபோல் போய்க்கொண்டிருக்க எதிரில் போவோர் வருவோர்கூட அவனுக்குச் சரியாகத் தெரியவில்லை. அசோக் இவ்வாறு சிந்தனையில் இருக்க ரஃபியும், சுந்தரும் ஆதியின் கடைக்குள் நுழைந்தார்கள். அசோக் அதைக் கவனிக்கவேயில்லை.

அசோக் அப்படியே சிலைபோல் அமர்ந்திருக்க குணாவின் குரல்கேட்டு சுயநினைவிற்கு வந்து திரும்பிப்பார்த்தான். அவர் கையில் இரு பிளாஸ்க்கோடு நின்றிந்தார்.

“இன்னாணா?”

"டேய் ஒரு சின்ன ஹெல்ப். கடைக்கு கெஸ்ட் வந்திருக்காங்க, பிளாஸ்க்ல இரண்டு டீ மட்டும் வாங்கின்னு வந்துடுடா."

"சரிணா.. குடு" என்று பிளாஸ்க்கை வாங்கிக்கொண்டு டீக்கடையை நோக்கி நடந்தான். டைலர் அவன் போவதையே பார்த்துக்கொண்டிருந்தார். குணா அவரையே முறைத்துக்கொண்டிருந்தான். டைலர் திரும்பி குணாவைப் பார்த்ததும் அவன் தன் கடைக்குச் சென்றான்.

11

விடிந்து வெயில் ஏற ஆரம்பித்திருந்தது. சிமெண்ட் ஓட்டின் வழியே இறங்கும் வெப்பத்தை ரஃபியால் சகித்துக்கொள்ள முடியவில்லை. சுந்தரை இம்சித்துக் கொண்டே இருந்தான். சுந்தரோ இதோ அதோ என்று போக்குக் காட்டிக்கொண்டே இருந்தான். ஒரு கட்டத்தில் "நீ வரியா இல்ல நான் கிளம்பவா?" என்று ரஃபி முறைக்கவே, சுந்தர் சட்டையை மாட்டிக்கொண்டு புறப்பட்டான்.

இருவரும் உப்பளம் சாலை வழியே முதலியார்பேட்டையை அடைந்து அதன் பிறகு மீண்டும் ஏ.எஃப்.டி சாலையைப் பிடித்து ஆதியின் அலுவலகம் வந்தடைந்தனர். அவர்கள் வண்டியை நிறுத்திவிட்டு சிமெண்ட் பாலத்தின் வழியாக வரும்போதே கவனித்தனர். நேற்று இரவு சைக்கிளில் வந்த ஒருவன் பக்கத்துக் கடை வாசலில் இருந்த ஒரு மர ஸ்டூலில் அமர்ந்து எங்கோ பார்த்துக்கொண்டிந்தான். இவர்கள் அவனைக் கடந்து போவதைச் சுத்தமாக அவன் கவனித்த மாதிரித் தெரியவில்லை. ஏனோ, ரஃபிக்கு அவனைச் சுத்தமாகப் பிடிக்கவில்லை. அவனால் ஏதாவது பிரச்சினை வரும் என்று அவனுக்குத் தோன்றிக்கொண்டே இருந்தது. இருவரும் ஆதியின் ஆபிசுக்குச் சென்றதும் குணா அவர்களை வரவேற்று பிளாஸ்டிக் நாற்காலியில் அமரவைத்து விட்டு, எக்கி ஃபேன் ஸ்விட்சைப் போட்டான்.

"டீ சாப்பிடறீங்களாப்பா?" என்று கேட்டுவிட்டு அவர்கள் பதிலை எதிர்பார்க்காமல் மேஜைக்குக் கீழே இருந்த பிளாஸ்கை எடுத்துக்கொண்டு வெளியே சென்றான்.

குணா வெளியே சென்றதும் இருவரும் ஆபிசைச் சுற்றிப் பார்த்தனர். கண்ணாடி டோர் வழியாக உள்ளே

நுழைந்ததும் மூன்று வெளிர் சந்தன நிற பிளாஸ்டிக் சேரும், அதன் பின்னால் பெரியதாக ஒரு மேஜையும், அதற்கு இடப்பக்கமாக ஒரு சிறு மேஜையும், அதன் எதிரில் இரண்டு பிளாஸ்டிக் நாற்காலிகளும், பெரிய மேஜையின் பின்புறம் பெரிய சுழல் நாற்காலியும், சின்ன மேஜைக்குப் பின்னால் சின்ன சுழல் நாற்காலியும், அறையின் வலது மூலையில் ஒரு இரும்பு பீரோவும், பீரோவை ஒட்டி இருந்த ஷெல்ஃபின் முதல் அடுக்கில் சாமி போட்டோவும் அதன் முன் புகை வழியும் சில ஊதுபத்திகளும், அடுத்த அடுக்கில் சில அச்சடிக்கப்பட்ட காகிதங்களும் இருந்தன. மேஜைக்கு மேலே மேஜை அளவுக்கு ஒரு கண்ணாடி வைத்து மேஜைக்கும் கண்ணாடிக்கும் நடுவில் சில ரூபாய் தாள்களும், தலைவர்கள் படங்களும் சாமி படங்களும் இருந்தன.

இருவரும் சுற்றிப்பார்த்து முடிக்கும் போது சிரித்துக்கொண்டே குணா உள்ளே வந்து சிறிய சுழல் நாற்காலியில் அமர்ந்தான்.

“சொல்லுங்கப்பா.. அண்ணங்கிட்ட பேசிட்டீங்களா? இன்னா சொன்னாரு?”

“உங்களப் போயி பாக்கச் சொன்னாரு.”

“இதத்தான் நான் முதல்லயே சொன்னேன்.”

“அது இல்லணா” என்று சுந்தர் இழுக்க,

“சரி வுடு பாத்துக்கலாம்” என்று குணா அவர்களை நிறுத்தினான். அவர்கள் முதலிலே இங்கு வந்து குணாவைப் பார்த்திருக்கிறார்கள். ஆனால், அவர்களுக்குக் குணாவின் மேல் நம்பிக்கை ஏற்படவில்லை. பிறகு சுந்தர் தன் சித்தி மஞ்சுளாவிடம் கெஞ்சி எம்.எல்.ஏ.வைப் பிடித்து அவர் மூலம் ஆதியைப் பார்த்து மீண்டும் வட்டத்தின் ஆரம்பப்புள்ளிக்கே வந்து குணா முன் சரணடைந்திருந்தனர்.

குணா முதலில் பேசியது போல் இப்போது பேசவில்லை. அவர் பேச்சில் நக்கல் அதிகமாக இருந்தது.

மேஜையின் முனையில் இருந்த ஒரு வெள்ளை காகிதத்தையும் பென்சிலையும் எடுத்துக்கொண்டு, காகிதத்தில் ஒரு பிள்ளையார் சுழி போட்டுவிட்டு அவர்களைப் பார்த்தான் குணா. அவர்கள் இருவரும் பேந்தப் பேந்த முழித்தவாறு குணாவையே பார்த்துக்கொண்டிருந்தனர்.

“சரி சொல்லுப்பா, மாப்பிள பேரு இன்னா?

“ரஃபி” என்றான் ரஃபு.

“இதப் பாருப்பா இனிமே கேக்கறதுக்கு எல்லாம் முழுசா, உண்மையான பதில் சொல்லணும் புரிதா, கடைசில வந்து மாத்தி சொன்னா அப்பறம் பிரச்சினை ஆயிடும் பாத்துக்கங்க. முழுப்பேரு சொல்லு” என்று எழுத ஆரம்பித்தான்.

“முகமது ரஃபி.”

பெயருக்குக் கீழே அவனே முஸ்லிம் என்று எழுதிக்கொண்டான்.

“வயசு?”

“21”

“பர்த் சர்ட்டிபிகேட் இருக்கா?”

“இருக்கு.”

“ரேஷன் கார்ட், ஓட்டர் ஐடி, ஆதார் கார்டு, டென்த்து, +2 சட்டிபிகேட்லாம் இருக்கா?”

“இருக்கு.”

“சரி, பொண்ணு பேரு?”

“ஜெனிஃபர்.”

“கிரிஸ்டினா?”

“ஆமாணா.”

“நேஷனாலிட்டியா?”

“ஆமா” என்றதும் இருவரின் பெயருக்கு மேலே ஒரு வட்டத்தைப் போட்டு அதன் அருகே ஏதோ எண்களை எழுதினான்.

“அந்தப் பொண்ணு வயசு?”

“23” என்றதும் குணா ஒரு முறை ரஃபியை ஏறிட்டுப் பார்த்தான்.

“இன்னுமா படிச்சினு இருக்கீங்க?”

“படிச்சி முடிச்சிட்டோம், பிரெஞ்சு கிளாஸ் போறோம்.”

“சரி நான் உங்கிட்ட கேட்ட எல்லா சர்ட்டிபிகேட்டும், அந்தப் பொண்ணுதும் வேணும். இரண்டு பேரு சர்ட்டிபிகேட்டோட ஜெராக்ஸ் காப்பி ரெடி பண்ணிகின்னு வந்து எங்கிட்ட குடு. அப்பறம் குடுக்கற எல்லா ஜெராக்ஸ் காப்பியோட ஒரிஜினலையும் கல்யாணத்தன்னைக்கு எடுத்துகினு வந்துடுங்க. சரியா..”

“அண்ணே எவ்ளோ அமவுண்ட்” என்று சுந்தர் இழுக்க, குணா சிரித்துக்கொண்டே,

“முதல்ல எல்லா சட்டிபிகேட்டும் கரெக்டா எடுத்துகினு வாங்க, எதாவது ஒண்ணு இரண்டு கொறஞ்சா ரேட்டு மாறும். அமவுண்ட சட்டிபிகேட் வந்ததும் சொல்றேன்” என்று சொல்லிக்கொண்டிருக்கும் போதே அசோக் பிளாஸ்க்குடன் உள்ளே நுழைந்தான். ரஃபியும், சுந்தரும்

அமர்ந்திருப்பதைப் பார்த்ததும், அவர்களுக்குத்தான் டீ வாங்கச் சென்றோம் என்று தெரிந்ததும் அசோக் பிளாஸ்க்கை டேபிள் மேல் வைத்துவிட்டு "வரண்ணா" என்று சொல்லிவிட்டு வேகமாக வெளியேறினான். குணா இரண்டு சின்ன எவர் சில்வர் கிளாசில் டீயை ஊற்றி அவர்களுக்குக் கொடுத்து, "சாப்பிடுங்கப்பா" என்றான்.

இருவரும் டீ கிளாஸை எடுத்துக் குடிக்க ஆரம்பித்தனர். குணா சுந்தரையே ஒரு மாதிரியாகப் பார்த்துக் கொண்டிருந்தான். சுந்தர் குணாவைப் பார்ப்பதைத் தவிர்த்தான். இருவரும் டீக்குடித்து முடித்ததும், "சரிண்ணா. கிளம்பறோம்" என்று எழுந்தனர்.

"சரிப்பா" என்று சொல்லிவிட்டுச் சுந்தரைப்பார்த்து,

"மஞ்சுளாவக் கேட்டதாச் சொல்லுப்பா" என்றான்.

சுந்தர் எரிச்சலாகத் தலையாட்டினான்.

அவசரமாக வெளியேறிய அசோக் டைலர் கடை வாசலில் அதே ஸ்டூலில் அமர்ந்திருந்தான். அவனருகே டைலர் நின்று இவர்களையே பார்த்துக்கொண்டிருந்தார்.

ரஃபியும், சுந்தரும் ஜென்னியைப் பார்க்கச் சென்று கொண்டிருந்தனர். சுந்தர் ரஃபியிடம் தயங்கியவாறே கேட்டான்.

"மச்சான்.. அந்தப் பொண்ணு உன்னவிடப் பெருசா, எங்கிட்ட கூடச் சொல்லவேயில்ல நீயி."

"ரொம்ப முக்கியம்.. நானே இவன் எவ்ளோ ஆட்டயப் போடப்போறான்னு கடுப்புல இருக்கேன்."

"மச்சான் கண்டிப்பா ஆட்டயப் போடத்தான் பாப்பானுங்க, ஏன்னா, உன் கல்யாணத்துல பல ஓட்ட இருக்கு."

“இன்னாடா சொல்ற?”

“நீ முஸ்லீமு, அது கிரிஸ்டீனு, அதுவுமில்லாம அது நேஷனாலிட்டி பொண்ணு வேற. இரண்டு பேருமே காசு இருக்கற பார்ட்டி, சொல்லவா வேணும்.”

ரஃபி அமைதியாகவே இருந்தான். அவர்கள் வழக்கமாகச் சந்திக்கும் கஃபேவுக்குச் சென்றுகொண்டிருந்தனர். ரஃபிக்குக் குழப்பமாகவும் பயமாகவும் இருந்தது. எவ்வளவு செலவாகும் என்று யோசித்துக்கொண்டிருந்தான். இருபதிலிருந்து இருபத்தைந்தாயிரம் என்றால் புரட்டிவிடலாம், அதற்கு மேல் என்றால் என்ன செய்வது என்று குழம்பினான். ஜென்னியிடம் கேட்கலாமா என்று தோன்றியது. ஆனால், ஜென்னி என்ன நினைப்பாள். சிறிய தொகையைக்கூடப் புரட்ட முடியாதவன் தன்னை எப்படிக் காப்பாத்துவான் என்று நினைத்துவிட்டால்? இல்லை அவள் அவ்வாறு நினைக்கமாட்டாள் என்றே தோன்றியது. ஆனால், அவள் கூட இருக்கும் இருவரிடமும் எச்சரிக்கையாக இருக்க வேண்டும் என்று நினைத்துக்கொண்டான். யோசனையுடனே இருவரும் கஃபே வாசலில் வந்து நின்றனர்.

ஜென்னியுடன் மதுவும், சார்லஸூம் இருந்தனர். அவர்களைப் பார்த்ததும் சுந்தர், ரஃபிக்கு மட்டும் கேட்கும்படி சொன்னான்.

“மச்சான் அதுங்களுக்கு எதையும் சொல்லாத, தனியாப் போய்ப் பேசு” என்று சொல்லிவிட்டு தம்மடிக்க தனியாகச் சென்றான். கஃபே உள்ளே சென்ற ரஃபியிடம் சார்லஸ் ஏதோ கேட்க வர, அவனைத் தடுத்த ரஃபி, ஜென்னியை அழைத்துக்கொண்டு வெளியே சென்றான்.

அவர்கள் அப்படிச் சென்றதும் மதுமிதா ஆத்திரமாக சார்லஸிடம்,

“டேய் உனக்கு வெக்கமாவே இல்லயா. இவ்ளோ அசிங்க படுத்தறானுங்க. நீ இன்னும் அவனுகளுக்கு ஹெல்ப் பண்ணணும்னு அலையற.”

சார்லஸ் மிக மெதுவாகச் சொன்னான், “அவனுங்க எங்க வேணா போய் ரகசியம் பேசட்டும், என்ன மீறி அங்க ஒண்ணும் நடக்காது.”

“நீ இப்படியே சொல்லிட்டு இரு, அவன் எல்லாத்தையும் முடிச்சிட்டுப் போவப்போறான்.”

“என்ன சொல்ற?”

“அவங்களுக்குள்ள இண்டர்குளோஸ் ரிலேஷன் ஷிப் இருக்கு.”

“என்ன சொல்ற மது. நிஜமாவா? ஜென்னியா.. என்னால நம்பவே முடியல.”

“எல்லாரும் உன்ன மாதிரி டியூப் லைட்டாவே இருப்பாங்கனு நினைக்காத.”

சார்லஸ் தீவிரமாக யோசிக்க ஆரம்பித்தான். மதுமிதாவும் அமைதியாக இருந்தாள். அவர்கள் இருவரும் ஜென்னிக்காகக் காத்திருந்தார்கள். ஆனால், சுந்தர் தான் உள்ளே வந்து அவர்கள் எதிரே அமர்ந்தான். சுந்தர் இருவரையும் பார்த்தான். அவர்கள் இருவரும் ஆளுக்கு ஒருபக்கம் திரும்பி உட்கார்ந்திருந்தார்கள். இருவருமே சுந்தரைப் பார்க்கக் கூடாது என்று கடும் முயற்சி செய்துகொண்டிருந்தார்கள். நீண்ட நேரம் கழித்து ஜென்னியும் ரஃபியும் உள்ளே வர, சார்லஸும் மதுமிதாவும் ஒரு சேர எழுந்தார்கள். மதுமிதா “போலாமா?” என்றாள்.

ஜென்னி, ரஃபியைப் பார்த்துக்கொண்டே “ம்” என்றாள்.

ஐவரும் வெவ்வேறு மனநிலையுடன் கஃபேவை விட்டு வெளியேறினர்.

12

அண்ணா சாலையிலிருந்து ரத்னா தியேட்டர் எதிரிலிருக்கும் லப்போர்த் தெருவில் திரும்பினால், தெருவின் கடைசியில் இருந்தது கிரிஸ்டோவின் வீடு. தெருவின் ஆரம்பத்திலும், அடுத்தடுத்த தெருக்களிலும் இருக்கும் பரபரப்பு தெருவின் கடைசியில் எப்போதுமே இருக்காது. பகலில் நடந்து போனால் கூடத் துணைக்கு ஆள் தேவையோ, என்று ஒரு நிமிடம் நம்மை யோசிக்க வைக்கும் அளவிற்கு அமைதியாக இருக்கும்.

சிவப்பு வண்ணக் கார் ஒன்று லப்போர்த் வீதியில் திரும்பி முதல் இரண்டு குறுக்குத் தெருவைக் கடக்கும் வரை சற்றுத் தடுமாற்றத்துடன் சென்று, பிறகு ஆட்கள் குறைவாக இருக்கும் பகுதிக்குச் சென்றதும் தன்னை ஆசுவாசப்படுத்திக்கொண்டது. ஆனாலும், வேகமெடுக்காமல் இடது புறமாக ஒவ்வொரு வீட்டின் கதவு எண்ணைப் பார்த்தவாறு சென்றது. குறிப்பிட்ட எண்ணைக் கண்டதும் ஓட்டுநர் வண்டியின் வேகத்தை இன்னும் குறைத்து அதற்கு அடுத்த வீட்டில் நிறுத்தினார். வண்டி நின்றதும் அதற்காகவே காத்திருந்தது போல் கதவைத் திறந்துக்கொண்டு கிரிஸ்டோவின் அம்மா செலினா வாய் நிறைய சிரிப்புடன் வண்டியை நோக்கி வந்தார்.

ஐந்தரை அடியில், கருத்த நடுத்தர வயதுப் பெண்மணி சற்றே தயக்கத்துடன் காரைவிட்டு இறங்க, “வாங்க.. வாங்க” என்று அவரை வரவேற்றவாறு அருகில் வந்தாள் செலினா.

செலினாவிற்கு அந்தப் பெண்மணியைத் தெரிந்திருந்தது. ஆனால், அவளுக்கு இவரைத் தெரியவில்லை. தன் நண்பர் ஒருவர் சொல்லிவிட்டதன் பெயரிலேயே அவள்

வந்திருந்தாள். செலினாவைப் பார்த்து சற்றுத் தயக்கத்துடன் லேசாகச் சிரித்தாள். நல்ல உயர் ரக சேலை அணிந்து அதிகமாக வாசனைத் திரவியத்தைத் தெளித்திருந்தாள். நெற்றி வெறுமையாக இருந்தாலும் கழுத்திலும் கைகளிலும் தடிமனான நகைகள் அணிந்திருந்தாள்.

வண்டியை விட்டு இறங்கியதும் முழு வீட்டைத் தன் பார்வையால் அளந்தாள். எத்தனை மாடி, கார் மற்றும் பைக் நிறுத்தம், டைல்ஸா, மார்பெல்ஸா, சுத்தமாக இருக்கிறதா என்று ஒரே பார்வையில் அனைத்தையும் கணக்கிட்டாள்.

இருவரும் வீட்டின் உள்ளே செல்ல, டிரைவர் காரை ஓரமாக நிறுத்திவிட்டு, அருகே டீக்கடை ஏதாவது இருக்கிறதா என்று தேடத்தொடங்கினார். அவருக்குத் தெரியும் உள்ளே சென்ற ஓனரம்மா நிச்சயமாகச் சீக்கிரம் வெளியே வர மாட்டார்கள் என்று.

செலினா அந்தக் கரியவளை உள்ளே அழைத்துச் சென்று சோபாவில் அமரச் செய்துவிட்டு, “இருங்க.. ஏதாவது குடிக்க எடுத்துனு வரேன்” என்று சொல்லிவிட்டு உள்ளே சென்றாள். செலினா உள்ளே சென்ற மறுநொடியே அவள் அந்த வீட்டை முழுவதுமாக ஆராயத் தொடங்கினாள். வீட்டின் உள்ளேயே மாடிப்படிகள் வைத்து மாடியில் மூன்று அறைகளும், கீழே சில அறைகள் என விசாலமாகக் கட்டப்பட்டிருந்தது அந்த வீடு. வீட்டின் உள் அலங்காரங்களுக்கு நல்ல செலவு செய்யப்பட்டிருப்பதைக் கவனித்தாள். வீட்டின் மதிப்பு, இடத்தின் மதிப்பு என மனதிற்குள் கணக்குப் போடத் தொடங்கியிருந்தாள்.

அவள் சுற்றிப்பார்த்துக்கொண்டிருக்கும் போதே செலினா பழரசத்திற்காகவே வடிவமைக்கப்பட்ட ஒரு கண்ணாடிக் கிளாசில் கருஞ்சிவப்பு வண்ணத் திரவத்தை எடுத்துக்கொண்டு வந்து சிரித்தவாறே அவளிடம்

நீட்டினாள். அதைத் தன்னிடம் இருந்த எல்லாப் பற்களும் தெரியும்படி வாங்கி அப்படியே சிறு மிடறு குடித்துவிட்டு, "கிரேப் ஜீஸா, நான் வைனுன்னு நினைச்சேன்" என்றாள். செலினா பதறியவாறே, "அய்யோ கர்த்தரே.. எனக்கு அந்தப் பழக்கம் இல்லைங்க, அவருக்குப் போன் பண்ணிருக்கேன், இப்போ வந்துடுவாரு.. இருங்க, அவர வாங்கினு வர சொல்றன்" என்று எழ முயன்ற செலினாவை அவள் தடுத்து நிறுத்தினாள்.

"வேணா.. வேணா.. எதுக்கு இப்போ. பரவால்ல இதுவே இருக்கட்டும்.."

அவள் தடுத்தும் நிற்காமல் செலினா தன் கணவருக்கு போன் செய்ய உள்ளே சென்றாள். செலினா உள்ளே சென்றதும் தான் பாதியில் விட்ட கணக்கை மீண்டும் போடத் தொடங்கினாள்.

சமையலறையை ஒட்டியே டைனிங் டேபிள் இருந்தது. ஆறுபேர் அமரும் அளவிற்குப் பெரிதாக இருந்தது. ஹாலின் இடதுபக்க சுவரில் பெரிய அளவில் ஓர் ஏசுநாதர் படமும், அதைச் சுற்றி வண்ண விளக்குகளும் இருந்தன. வெறும் காலில் தரை அவ்வளவு ஜில்லென்று இருந்ததும் தரையில் மார்பெல்ஸ் போடப்பட்டிருக்கிறது என்று உணர்ந்துகொண்டாள். நோட்டமிட்டுக்கொண்டு இருக்கும் போதே செலினா வந்து அவள் அருகில் அமர்ந்தாள்.

"சொல்லிட்டேன்.. இதோ வந்துடறேன்னு சொன்னாரு."

"உங்களுக்கு எத்தன பசங்க?"

"ஒரு பையன் தான்."

"ஓ."

"வேலைக்காரங்க யாரும் இல்லையா?"

"ஆ.. ஒரு பொண்ணு வந்துனு இருந்தா. திடீர்னு சொல்லாம கொள்ளாம நின்னுட்டா. வேற ஆள் பாத்துனு இருக்கோம்."

"தனியா இவ்ளோ பெரிய வீட்டப் பாத்துக்கறது கஷ்டம்தான்."

செலினா மெலிதாக சிரித்து வைத்தாள். இருவரும் பொதுவாக ஏதேதோ பேசிக்கொண்டிருந்தனர். கரியவள் விரித்த எந்த வலையிலும் சிக்காமல் செலினா பதிலளித்துக் கொண்டிருந்தாள். அதன்பிறகு, இருவரும் எதுவும் பேசவில்லை. வந்தவள் செல்போனை நோண்ட ஆரம்பித்தாள். செலினா வாசலையே பார்த்துக் கொண்டிருந்தாள்.

சரியாக அரைமணி நேரத்தில் ஜோசப் வீட்டிற்கு வந்தார். ஜோசப்பின் ஒரு கையில் உயர் ரக வைன் பாட்டிலும், மறுகையில் ஆட்டிறைச்சியும் இருந்தன. இரண்டையும் தன் மனைவி செலினாவிடம் கொடுத்துக்கொண்டே கரியவளைப் பார்த்து, "வாங்க.. வாங்க" என்று வரவேற்றார். ஜோசப் கொடுத்ததை வாங்கிக்கொண்டு "நான் சாப்பாடு ரெடி பண்றேன். நீங்க பேசிக்கிட்டு இருங்க" என்று சமையலறை உள்ளே நுழைந்தாள். அப்போது ஜோசப் அவளிடம், "கிரிஸ்டோ எங்க?" என்றார்.

"அவன் வெளிய போயிருக்கான்"

"எங்க போயிருக்கான்? நான் தான் வீட்டுலயே இருக்கச் சொன்னனேல" என்றார் சற்றே கோபமாக. செலினா பதிலேதும் சொல்லாமல் அவரையே உற்றுப்பார்த்துக் கொண்டிருந்தாள். அது, எதற்கு என்று உணர்ந்த ஜோசப் அமைதியானார். வெளியாள் முன்னால் சத்தம் போட்டால் செலினா இவ்வாறே அவரை அமைதிப்படுத்துவாள்.

செலினா உள்ளே சென்றதும் ஜோசப் கரியவளைப் பார்த்து "உங்க பேர் மறந்துட்டேன்" என்று இழுத்தார்.

"ஆரோக்கிய மேரி" என்றாள் அவள்.

"ஆமா.. ஆமா. அண்ணன் போன்ல சொன்னாரு. டக்குனு ஞாபகம் வரல" என்று சொல்லிவிட்டுச் சற்று நேரம் அமைதியாக இருந்தார். அவரே ஆரம்பிக்கட்டும் என்று ஆரோக்கிய மேரி காத்திருந்தாள். சற்று நேர அமைதிக்குப் பிறகு ஜோசப் மெல்லப் பேச ஆரம்பித்தார்.

"என் பையனுக்குத் தான் பொண்ணு பாக்கறோம், அண்ணன் கிட்ட பேசிக்கினு இருக்கும் போது தான் உங்களப் பத்தி சொன்னாரு. பிரான்ஸ் பொண்ணாப் பாத்துக் கட்டிவெச்சிடலாம்னு செலினாவுக்கும் யோசனை. சரி, பேசிப் பார்ப்போம்ன்னு தான் உங்கள வரசொன்னது."

"உங்களுக்கு எத்தினி பசங்க?" என்று ஜோசப்பிடமும் கேட்டாள்.

"ஒரே பையன் தான்."

"ஒரே புள்ளய எதுக்கு ஊருக்கு அனுப்பறீங்க? இங்கயே வச்சிக்கலாம்ல, உங்களுக்கு இன்னா வசதியா இல்ல. ஏதோ அங்க போய் தான் சம்பாரிச்சி சொத்து சேக்கணுமா என்ன."

ஜோசப் அமைதியாக இருந்தார். அவருக்கு ஆரோக்கிய மேரியிடம் எப்படிப் பேசுவது எனத் தெரியவில்லை. என்ன பதில் சொல்வது என்றும் தெரியவில்லை. பையன் ஆசைப்படறான் என்று பொய் சொல்லவும் முடியாது. அவனிடம் கேட்டால் "அதெல்லாம் ஒண்ணுமில்ல" என்று சொல்லிவிடுவான். என்ன சொல்வது என்று யோசித்துக்கொண்டிருந்தார். ஆரோக்கிய மேரி தொடர்ந்தாள்,

"நேஷனாலிட்டி பொண்ணுனா நிறைய செலவாகுமே. முடியுமா?"

ஆரோக்கிய மேரியின் கேள்வியால் சிந்தனையிலிருந்து கலைந்தவர், மீண்டும் அவளிடம் "என்ன சொன்னீங்க?" என்றார்.

"இல்லீங்க ரொம்ப செலவாகுமே.. முடியுமான்னேன்."

"அதெல்லாம் பிரச்சினையில்லங்க."

"பொண்ணுக்குப் பணமும் சீரும் குடுத்து முழுக் கல்யாணச் செலவையும் நீங்க தான் ஏத்துக்கற மாதிரி இருக்கும்."

"ஒன்னும் பிரச்சினை இல்லீங்க" என்று சிரித்துக்கொண்டே சொன்னார்.

ஜோசப் யோசித்துக்கொண்டிருக்கும் போதே சாப்பாடு ரெடி வாங்க சாப்பிடலாம் என செலினா கூப்பிட, துணைக்கு ஜோசப்பும் வாங்க சாப்பிடலாம் என ஆரோக்கிய மேரியை அழைத்தார். மூவரும் சாப்பாட்டு மேஜைக்குச் சென்றனர்.

13

வெயில் கொளுத்துவதைப் பற்றிக் கொஞ்சம் கூடக் கவலைப்படாமல் சில கூட்டங்கள் ஆங்காங்கே கிரிக்கெட் விளையாடிக் கொண்டிருந்தன. மைதானத்தைச் சுற்றிக் கட்டப்பட்டிருந்த அமரும் படிக்கட்டுகளில் நிழல் இருந்த இடங்களில் மட்டும் ஆண்களும் பெண்களும் தனித்தனியாகப் பிரிந்து அமர்ந்திருந்தனர். நண்பர்கள், காதலர்கள் எனப் பார்ப்பவர்களின் எண்ணத்திற்கு ஏற்ப அவர்களின் பெயர்கள் மாறும். அருகே தாகூர் ஆர்ட்ஸ் காலேஜ் இருப்பதால் ஜோடியாக இருந்தாலும்கூட யாரும் எதுவும் கேட்கமாட்டார்கள். அதே போன்ற ஒரு ஜோடியாகக் கிரிஸ்டோவும் பிஜேஷும் அங்கு அமர்ந்திருந்தனர். மருந்தும் கட்டுமாக இருந்தான் பிஜேஷ். இருவரும் அமைதியாக அமர்ந்து தூரத்தில் விளையாடிக் கொண்டிருந்தவர்களைப் பார்த்துக்கொண்டிருந்தனர். அவர்கள் கால் அருகே வந்து விழுந்த ஒரு பந்தை எழுந்து சென்று எடுத்து எறிந்துவிட்டு வந்து பிஜேஷைப் பார்த்தவாறு நின்றான் கிரிஸ்டோ. ஆனால், பிஜேஷ் அவனைப் பார்க்காமல் மைதானத்தையே பார்த்துக்கொண்டிருந்தான்.

"இன்னும் எவ்ளோ நேரம் தான் என்னப் பாக்காத மாதிரியே இருக்கப் போற?"

பிஜேஷ் அமைதியாகக் கிரிஸ்டோவைப் பார்த்தான். ஆனால், எதுவும் பேசவில்லை.

"டேய்.. நான் ஏற்கனவே கடுப்புல இருக்கேன். நீயும் கடுப்பேத்தாத. வீட்டுல நேஷனாலிட்டி பொண்ணு பாக்க ஒரு புரோக்கர் பொம்பளயக் கூட்டின்னு வந்து பேசிட்டு இருக்காங்க. அந்தப் பொம்பளையப் பாத்தாலே எரியுது.

என்னால அங்க இருக்கவே முடியல. அதான் வந்துட்டேன்." என்று கிரிஸ்டோ சொல்லிக்கொண்டே இருக்க, பிஜேஷ் எங்கேயோ பார்த்துக்கொண்டு இருந்தான்.

"இப்ப என்ன பண்ணலாம்.. நீயே சொல்லு."

பிஜேஷ் சிறிது நேரம் யோசித்துவிட்டு, "இங்கயே இருந்து என்ன பண்ணப் போறோம். எல்லாரும் சேர்ந்து நமக்குக் கல்யாணம் பண்ணி வைப்பாங்கன்னு கனவு காண்றியா?"

இப்போது கிரிஸ்டோ பிஜேஷைப் பார்க்காமல் மைதானத்தைப் பார்த்தான். ஏதோ சொல்லத் திரும்பியவன் அவர்கள் அமர்ந்திருந்த படியின் மேல் படியில் ஒரு ஜோடி சிரித்துக்கொண்டே அவர்களை நோக்கி வர சட்டென அமைதியானான். அவர்கள் போகும் வரை அமைதியாகவே இருந்தான். இவர்கள் பேசுவது அவர்களுக்குக் கேட்காத தூரம் சென்றதும் கிரிஸ்டோ கோபமாக "இப்ப என்னை என்னதான் பண்ணச் சொல்ற?" என்று முடிக்கும் முன்பே பிஜேஷ் வெடித்து அழ ஆரம்பித்தான். அவன் தன் முகத்தைத் தொடை இடுக்குகளில் புதைத்துத் தேம்பித் தேம்பி அழுதான். அவன் அழத்தொடங்கியதும் கிரிஸ்டோ வேகமாக அவன் அருகே சென்று அமர்ந்துகொண்டு அவன் தலையைத் தூக்கி, முகத்தைத் தன் பக்கம் திருப்பி, "இன்னாடா ஆச்சு. ஏன்டா இப்போ அழற?"

பிஜேஷ் மெல்ல அழுகையை அடக்கிக்கொண்டு திக்கித் திக்கிப் பேச ஆரம்பித்தான்.

"நேத்து வீட்டுல பெரிய சண்டை. என் தம்பி ஒரு பொண்ண லவ் பண்றானாம். அந்தப் பொண்ணு வீட்டுல மாப்ள பாக்கறாங்களாம். எங்கம்மா கிட்ட வந்து பொண்ணு வீட்டுல பேசச் சொன்னான். எங்கம்மா, அண்ணனுக்குக் கல்யாணம் பண்ணாம உனக்கு எப்படிடா வந்து பேசறதுன்னு கேட்டாங்க. அதுக்கு அவன், அந்தப்

பொட்டைப் பையனுக்காகவெல்லாம் நான் வெய்ட் பண்ண முடியாது. அவன் ஆம்பள பூலுக்குத் தான் அலையறான்னு என்ன அசிங்க அசிங்கமாப் பேசிட்டான்” என்று மீண்டும் கதறி அழத் தொடங்கினான்.

கிரிஸ்டோவிற்கு ஆத்திரம் தலைக்கேறியது, “ஓத்தா.. அவன் எங்கடா இருப்பான் இப்போ?”

“ஏன், அவனப் போயி என்ன பண்ணப் போற. அவனுக்கு நம்பளப்பத்தி எல்லாமே தெரிஞ்சிருக்கு, எங்கம்மாகிட்ட எல்லாத்தையும் சொல்லிட்டான். நேத்து என்னைத் தொடப்பத்தாலயே அடி அடின்னு அடிச்சிட்டாங்க. காலையில எங்கப்பா கிட்ட எனக்கு உடனே பொண்ணு பாக்கச் சொல்லி ஒரே சண்ட. அவரு ஒழுங்கா ஒரு வேலைக்குப் போகட்டும்னு சொல்லிட்டுப் போயிட்டாரு. எப்படியும் எங்கம்மா சீக்கிரமே எங்கப்பா கிட்டச் சொல்லிடும். சொல்லிட்டா அவரு என்ன கொன்னே போட்டுருவாரு” என்று தேம்பினான்.

கிரிஸ்டோ எதையோ யோசித்தவாறு அமைதியாக இருந்தான். இப்போது மறுபடியும் அவன் காலருகே பந்து வந்து விழுந்தது. தூரத்திலிருந்து பந்தை எடுத்துப்போடும்படி கத்திக்கொண்டிருந்தனர். ஆனால், கிரிஸ்டோ எதையோ யோசித்துக்கொண்டிருந்தான். தூரத்திலிருந்து ஓடிவந்து, ஒருவன் பந்தை எடுத்துக் கடாசிவிட்டு, கிரிஸ்டோவை முறைத்துவிட்டுச் சென்றான். ஆனால், அதையும் கவனிக்காமல் கிரிஸ்டோ யோசித்துக்கொண்டிருந்தான். பிறகு தன் பாக்கெட்டிலிருந்து கைப்பேசியை எடுத்து ஒரு எண்ணைத் தேடிப்பிடித்து அழைத்து பதிலுக்காகக் காத்திருந்தான். இவன் யாருக்குக் கால் செய்கிறான் என பிஜேஷ் ஆர்வமாகப் பார்த்துக்கொண்டிருந்தான். மறு முனையில் அழைப்பு ஏற்கப்பட்டதும்,

"மச்சி நான் கிரிஸ்டோ பேசறன்."

"............"

"உங்க கம்பெனில வேகன்ஸி இருக்குன்னு சொன்னியே, இப்போ இருக்காடா?"

"............"

"பரவாயில்ல, முதல்ல சென்னைக்கு வந்துடுறோம்.. அப்பறமாக் கூட வேற வேலயத் தேடிக்கிறோம்."

"............"

"சம்பளம் எவ்ளோ தருவானுங்க?"

"............"

"இப்போதைக்குப் போதும் மச்சான்.. நானும், பிரண்டும் வர்றோம்.. இரண்டு பேருல யாருக்குக் கிடைச்சாலும் ஓகே தான்.. இரண்டு பேருக்கும் கிடைச்சாலும் ஓகே தான்.."

"............"

"ஓகேடா.. கேட்டுட்டு சீக்கிரமா கால் பண்ணு.."

என்று செல்போனை அணைத்துவிட்டு பிஜேஷிடம் லேசாகச் சிரித்துக்கொண்டே,

"நாம சென்னைக்குப் போயிடலாம் பேபி.."

மீண்டும் இவர்கள் பக்கம் பந்து வந்து விழ, கிரிஸ்டோ பந்தை எடுத்து ஆக்ரோஷமாக விட்டெறிந்தான். அது எதிரில் இருந்தவர்களையும் தாண்டிச் சென்று விழுந்தது. இப்போது, அவன் தூரத்திலிருந்தே முறைத்துவிட்டு எதிர்ப்பக்கம் ஓட ஆரம்பித்தான். பிஜேஷ் கிரிஸ்டோவையே பார்த்துக்கொண்டிருந்தான்.

அவனுக்கு எப்போதும் கிரிஸ்டோவைப் பார்த்துக் கொண்டிருப்பது பிடிக்கும். ஒரு ஹீரோவைப் பார்ப்பது போல் மெய்சிலிர்த்துப் பார்த்துக்கொண்டிருப்பான். இருவரும் முதன் முதலாகப் பதினோறாம் வகுப்பில் தான் சந்தித்துக்கொண்டனர். இருவரும் வெவ்வேறு பள்ளிகளில் பத்தாவது முடித்துவிட்டுப் பதினோறாம் வகுப்பில் ஒரே பள்ளியில் ஒன்றாகச் சேர்ந்திருந்தனர். அவன் வகுப்பில் பெரும்பாலானோர் வெவ்வேறு பள்ளியிலிருந்து வந்தவர்கள் தான். அதனால், அனைவரிடமும் நட்பாகப்பழக சிறிது காலம் தேவைப்பட்டது. பிஜேஷ் யாரிடமும் பேசாமலேயே இருந்தான். ஆனால், கிரிஸ்டோ விரைவாகவே அந்த வகுப்பில் ஒரு கதாநாயகன் அந்தஸ்தைப் பெற்றான். வகுப்பில் பெண்கள் பலருக்கு அவன் மீது ஒரு கண் இருந்தது. அவன் ஒரு பெண்ணிடமும் நின்று பேசி யாரும் பார்த்திருக்க முடியாது. அதற்காகப் பெண்களை வெறுத்து ஓடுபவனல்ல. பெண்கள் பின்னால் செல்லமாட்டான் அவ்வளவுதான்.

கடைசி பெஞ்சில் தனித்து இருக்கும் பிஜேஷுக்கு அருகில் கிரிஸ்டோ மட்டுமே அமர்ந்திருப்பான். ஆனால், இருவருமே எதுவும் பேசிக்கொள்ள மாட்டார்கள்.

ஒருநாள் மதியம் பன்னிரண்டாம் வகுப்பு மாணவர்கள் மதிய இடைவெளியில் பிஜேஷ் தனியாக இருக்கும்போது வந்து அவனிடம் ராகிங் செய்யத் தொடங்கினர். பிஜேஷ் அழுதுகொண்டிருக்கும் போது கிரிஸ்டோ அறைக்குள் வந்தான். அங்கிருந்த சீனியர்கள் அவனையும் அழைத்து ராகிங் செய்யத்தொடங்கினர். சீனியர்களில் ஓவராகப் பேசிக்கொண்டிருந்த ஒருவன் சட்டையைப் பிடித்து அவன் கன்னத்தில் பளார் என்று ஒன்று விட்டான் கிரிஸ்டோ. அந்த அறையின் சத்தம் அறை முழுக்க எதிரொலித்தது. ஒரு நிமிடம் அனைவரும் அமைதியாக நின்றிருந்தனர்.

பிறகு, சுதாரித்துக்கொண்டு நால்வரும் கிரிஸ்டோவைத் தாக்கத் தொடங்கினர். கிரிஸ்டோ சமாளித்துக்கொண்டு நால்வரையும் திரும்பத் தாக்கினான். நால்வரிடமும் கிரிஸ்ட்டோ அடிவாங்குவதைப் பார்க்க முடியாத பிஜேஷ் தானும் எதாவது செய்தாக வேண்டும் என்று தோன்ற சட்டென கிரிஸ்டோவை அடித்துக்கொண்டிருந்த ஒருவனின் தலை முடியைப் பிடித்து இழுத்து மரடெஸ்க்கில் மோதினான். அதில் நீட்டிக்கொண்டிருந்த ஆணி குத்தி அவன் முகத்தில் ரத்தம் வழிந்தது. அவன் அலறியதும் அனைவரும் அமைதியானார்கள். அதற்குள், அவர்கள் வகுப்பு மாணவர்களும் மற்ற வகுப்பு மாணவர்களும் கூடிவிட்டார்கள்.

அதன் பிறகு ஒருவாரம் வரை அந்தப் பஞ்சாயத்து நீண்டது. கிரிஸ்டோவுக்கும் பிஜேஷுக்கும் டீ.சி. கொடுக்கப்போவதாக பிரின்சிபால் மிரட்டினார். அப்படிக் கொடுத்தால் பள்ளியில் ராகிங் நடக்கிறது என்று பள்ளி மீதும், அவர் மீதும் போலீஸ் மற்றும் பள்ளிகல்வித்துறைக்குப் புகார் அளிக்கப் போவதாக கிரிஸ்டோவின் அப்பா மிரட்ட, பிரின்சிபால் அடங்கினார். கிரிஸ்டோவுடன் பிஜேஷும் தப்பித்தான்.

அதன்பிறகே, இருவரும் நண்பர்கள் ஆனார்கள். பள்ளிக்கு வருவதிலிருந்து, பள்ளி விட்டுப் போவது வரை என எப்போதும் ஒன்றாகவே இருந்தனர். இது, அப்படியே விடுமுறை நாட்களிலும் தொடர்ந்தது. கிரிஸ்டோ அதிகமாக பிஜேஷ் வீட்டிற்குப் போகமாட்டான். மேலும் அவன் வருவதை பிஜேஷின் தம்பி விரும்பவில்லை. அதனால், அவர்கள் எப்போதும் கிரிஸ்டோவின் வீட்டிலேயே இருப்பார்கள். மேலும், அவர்களுக்குப் பிரத்யேகமான சில இடங்களை ஏற்படுத்திக்கொண்டனர். ஆரோவில் பீச், உசுட்டேரி, மதுப்பழக்கம் ஆரம்பித்ததும் பிரத்யேக

பார் என்று அவர்கள் நாளுக்கு நாள் நெருங்கிக்கொண்டே இருந்தார்கள்.

ஆனால், அவர்களுக்குள் இருந்த காதலை அவர்கள் வெகு நாட்கள் கழித்தே உணர்ந்தார்கள். பிஜேஷ் எப்போதும் தன்னையே பார்த்துக்கொண்டிருப்பது கிரிஸ்டோவிற்குத் தெரியும். அவ்வப்போது அவன் கேட்பான், "ஏன்டா பாத்துகிட்டே இருக்க?" பிஜேஷ் பதிலேதும் சொல்லமாட்டான், லேசாகச் சிரித்துக்கொள்வான். பிஜேஷ் அடிக்கடி கிரிஸ்டோ வீட்டிற்குப் போக ஆரம்பித்தான். ஒன்றாகப் படிக்கிறார்கள் என்று யாரும் கண்டுகொள்ளவில்லை. விடுமுறை நாட்களில் இருவரும் பெரும்பாலும் கிரிஸ்டோவின் அறையிலேயே இருப்பார்கள். வேறு எவரையும் அவர்கள் வட்டத்திற்குள் விடவில்லை.

ஒருநாள் கிரிஸ்டோ கணினியில் ஏதோ தேடிக் கொண்டிருந்தான். நீண்டநேரத் தேடலுக்குப் பிறகு கணினியிலிருந்து கண்களை விலக்கி பிஜேஷைப் பார்த்தான். அவன் வழக்கம்போல் கிரிஸ்டோவையே பார்த்துக்கொண்டிருந்தான். அவன் உதடுகள் லேசாகக் குவிந்தபடி இருந்தன. கிரிஸ்டோவும் அவனையே பார்த்துக்கொண்டிருந்தான். அவனுக்குள் ஏதோ ஊறுவதுபோல் இருந்தது. அப்போதுதான் உணர்ந்தான் பிஜேஷின் கைகள் அவன் கைமேல் இருந்ததை. அது, அவனுக்கு ஒரு மாதிரியாக இருந்தது. பிஜேஷ் மெல்ல நெருங்கி வந்தான். அவன் நெருங்க கிரிஸ்டோவிற்கு ரத்தவோட்டம் அதிகரிப்பதை உணர்ந்தான். பிஜேஷ் அவன் கன்னத்தைப் பிடித்து மெல்ல தன் முதல் முத்தத்தை கிரிஸ்டோவின் உதடுகளில் பதித்தான். கிரிஸ்டோ தடுக்கவில்லை. அவனுக்குள்ளும் ஏதோ ஒன்று இருப்பதை அப்போதுதான் உணர்ந்தான். பிஜேஷ் விலகி மீண்டும் அவனையே பார்த்துக்கொண்டிருந்தான். சில

நொடிகளுக்குப் பிறகு இருவரும் சிரித்துக்கொண்டனர். தங்கள் பார்வையை விலக்கிக்கொண்டு எங்கோ பார்த்தபடி தங்களுக்குள் இருந்த உணர்வின் உண்மையான அர்த்தத்தை உணர்ந்தனர். அவர்கள் ஒருவரை ஒருவர் பார்க்கவில்லையே தவிர கைகளை கோர்த்துக்கொண்டு இருந்தனர்.

சில நொடிகள் கழித்து கிரிஸ்டோ திரும்பிப் பார்க்க,

இப்போதும் பிஜேஷ் பார்த்துக்கொண்டே இருந்தான். இப்போது இருவரும் ஒருசேர இணைந்து கண்களை மூடிக்கொண்டு நீண்ட முத்தம் கொடுத்துக்கொண்டனர். இருவரின் கைகளும் மற்றவர் உடலைத் தழுவிக் கொண்டிருந்தன.

14

சாப்பிட்ட உணவு முழுத் திருப்தியளித்திருப்பதைத் தன் முகத்தில் அப்பட்டமாய்க் காண்பித்தாள் ஆரோக்கிய மேரி. அசதியாக நடந்துவந்து ஹாலில் இருந்த சோபாவில் சாய்ந்து அமர்ந்துகொண்டாள். தன் புடவை முந்தானையின் முனையால் முகத்தில் விசிறியவாறே தலைக்கு மேலே ஓடிக்கொண்டிருந்த ஃபேனைப் பார்த்தாள். அது தன் முழு பலத்துடன் தான் சுற்றிக்கொண்டிருந்தது. ஆனால், அதில் அவள் திருப்தியடைந்தது போல் தெரியவில்லை. திரும்பி இருவரையும் பொதுவாகப் பார்த்து "ஏசி இல்லையா?" என்றாள்.

இருவருமே சற்றுப் பதற்றமாக உள்ளே "ரூம்ல ஒண்ணும் மாடியில ஒண்ணும் இருக்கு" என்றனர். அவர்கள் வசதியை அவள் எடைபோடுவதாக நினைத்தனர். அவள் கேட்காமலேயே கிரிஸ்டோவின் அம்மா தன் சொத்து விபரங்களைச் சொல்ல ஆரம்பித்தாள். காந்தி வீதியிலிருக்கும் கடையைப்பற்றிச் சொல்ல ஆரம்பித்ததுமே, கிரிஸ்டோவின் அப்பா பேச்சை மாற்றினார்.

"வசதிக்கு ஒண்ணும் குறைச்சல் இல்லீங்க. அதுல்லாம் பெருசா பண்ணிடலாம். எந்தக் குறையும் வச்சிட மாட்டோம்."

அவள் அவர் பேசியதைக் கவனித்தது போல் தெரியவில்லை. அவள் சுற்றிச் சுற்றிப் பார்த்துக்கொண்டிருந்தாள். அவர்களுக்கு என்னவோ போல் இருந்தது. ஆரோக்கிய மேரி முகத்தை லேசாகக் கோணிக்கொண்டே, "ஏசி இருக்கற ரூமுக்குப் போயிடலாமா. இங்க ரொம்ப வெக்கயா இருக்குது" என்றாள்.

“சரி.. வாங்க உள்ள போயிடலாம்” என்று அவளை இருவரும் அறைக்கு அழைத்துச் சென்றனர். அவள் மிக மெதுவாக மீண்டும் நோட்டமிட்டவாறே உள்ளே வந்தாள். அவள் அவ்வாறு நோட்டமிடுவது கிரிஸ்டோவின் அப்பாவிற்குச் சுத்தமாகப் பிடிக்கவில்லை. உண்மையில் அவருக்கு ஆரோக்கிய மேரியையும் பிடிக்கவில்லை, தன் மகனை பிரான்ஸ்க்கு அனுப்புவதற்கும் பிடிக்கவில்லை. ஆனாலும், இவை எல்லாவற்றையும் அவர் தன் மனைவியின் பிடிவாதத்திற்காகவே பொறுத்துக்கொண்டு இருந்தார். அதுமட்டுமில்லாமல் நேற்று அவர் கடையில் இருந்தபோது நடந்த ஒரு விஷயம், இனி வேறு வழியே இல்லை என்பதை அவர் உணர்ந்திருந்தார்.

நேற்று பின் மதிய வேளையில் அவர் தன் கடையின் கேஷ் கவுண்டரில் உட்கார்ந்திருந்தபோது, எஸ்.ஐ ஒருவர் கடைக்கு உள்ளே நுழைந்தார். அப்போது கடையில் எந்தக் கஸ்டமரும் இல்லை. இவர், அவரை லேசான புன்னகையால் வரவேற்றுவிட்டுத் தன் முன்னால் இருந்த கணினியில் ஏதோ முக்கியமான வேலையில் இருப்பதுபோல் பாவனை செய்தார்.

கடைக்குள் நுழைந்த எஸ்.ஐ. கடையை ஒருமுறை நோட்டமிட்டார். கடை பெரிதாக ஐந்து பணியாளர்களுடனும் இரண்டு பெரிய டீவியுடனும் இருந்தது. வரிசையாக எண்ணிடப்பட்டு டிவிடிக்கள் அடுக்கி வைக்கப்பட்டிருந்தன.

எஸ்.ஐ. நேராக ஜோசப்பிடம் வந்து முழுப்பல்லையும் காட்டியவாறு “வணக்கம் சார்” என்றார்.

இவரும் அப்போது தான் அவரைப் பார்ப்பதுபோல் நிமிர்ந்து பார்த்து “வணக்கம்” என்றார்.

“உங்க கிட்டதான் பேசணும்னு வந்தேன்” என்றார் புன்னகை மாறாமல்.

இவருக்கு உள்ளுக்குள் உதறல் எடுத்தது. 'புதுப்படம் டிவிடி அல்லது எதாவது பலானபட டிவிடி கேஸ் விஷயமாக வந்திருக்கிறாரோ' என்று நினைத்தார். ஆனால், 'ஸ்டேஷனுக்குச் சரியாகத்தான் பணம் தருகிறோமே. இன்ஸ்பெக்டர் வேறு நல்ல பழக்கமாயிற்றே, அவரை மீறி எப்படி, அதுவும் ஒரு எஸ்.ஐ.? இவர் நம்ம ஏரியா எஸ்.ஐ கூடக் கிடையாதே' இப்படிச் சில வினாடிகளுக்குள் பலவிதமான சிந்தனைகள் அவர் மனதிற்குள் ஓடியது. குழப்பமான முகத்துடனே "சொல்லுங்க சார்" என்றார்.

எஸ்.ஐ. தொடர்ந்து சிரித்தவாறே "நீங்க நினைக்கற எந்த விஷயத்தைப் பத்தியும் நான் பேச வரல. இது கொஞ்சம் பர்சனல், தனியாப் பேசினா நல்ல இருக்கும்."

இவர் திரும்பிப்பார்த்தார். கடையில் வேலை செய்யும் பெண்கள் இவர்களையே பார்த்துக்கொண்டிருந்தனர். அவர்களை ஒருமுறை பார்த்துவிட்டு, இருப்பதிலேயே சீனியர் போலத் தெரிந்த ஒரு பெண்மணியிடம் தலையாட்டிவிட்டு அவர் எழுந்தார். அவர் எழுந்ததும் எஸ்.ஐ. எழுந்து அவரைத் தொடர ஆயத்தமானார். அவர் வெளியே வந்ததும், எஸ்.ஐ அவரைப் பின் தொடர அந்தப் பெண்மணி அவர் இருந்த இடத்தில் வந்து நின்றுகொண்டு மற்ற பெண்களைப் பெருமையாகப் பார்த்தாள். அவர்கள் உள்ளுக்குள் சிரித்துக்கொண்டனர்.

எஸ்.ஐ.யை அழைத்துக்கொண்டு கடையை ஒட்டி இருந்த படிக்கட்டுகள் வழியாக மேலே சென்றார். அங்கே அவரின் பர்சனல் ஆபிஸ் ஒன்று இருந்தது. கதவைத் திறந்து உள்ளே அழைத்துச்சென்ற அவர் ஏ.சியை இயக்கிவிட்டுக் கதவைச் சாத்திவிட்டு வந்து அறையின் மூலையிலிருந்த சோபாவில் அமர்ந்தார். அதற்குள் எஸ்.ஐ சோபாவில் அமர்ந்திருந்தார்.

"சொல்லுங்க சார், என்ன விஷயம்."

“இது இல்லாம இன்னும் மூணு கடை இருக்குல்ல உங்களுக்கு.”

ஜோசப் எரிச்சலடைந்தவராக “ஆமா” என்றார்.

லேசாகச் சிரித்துக்கொண்ட எஸ்.ஐ., “ஒண்ணும் இல்ல. இந்த கிரிஸ்டோங்கிறது உங்க பையன்தானா” என்று பேச்சை ஆரம்பித்தார்.

கிரிஸ்டோவின் பெயரைக் கேட்டதும்தான் இவருக்கு நிம்மதியே வந்தது. இருந்தாலும், அவன் என்ன செய்து தொலைத்தான் என்று ஒருபக்கம் பயம் கூடியது.

“ஆமாங்க ஏன்.. என்னாச்சு?”

“பதறாதீங்க.. ஒண்ணுமில்ல. நம்ப தம்பிய முந்தாநேத்து ரவுண்ட்ஸ் போகும் போது காலாப்பட்டு பீச்ல பாத்தேன்” என்று தன் செல்போனை எடுத்து கேலரிக்குள் சென்று ஒரு புகைப்படத்தைத் தேர்ந்தெடுத்து அவரிடம் காண்பித்தார். தூரத்திலிருந்து எடுக்கப்பட்ட அந்தப் புகைப்படத்தில் கிரிஸ்டோவும் பிஜேஷும் கடல் மணலில் முத்தமிட்டவாறு இருந்தனர். உயர் ரக செல்போன் என்பதால் படத்தில் அவர்கள் தெளிவாகத் தெரிந்தனர்.

புகைப்படத்தைப் பார்த்த அவர் ஒரு நிமிடம் பதறிப் போனார். அவர்கள் நண்பர்கள் என்றும் பிஜேஷுடன் சேர்வதால் தன் மகன் உருப்படாமல் போகிறான் என்றும் தான் இத்தனை நாட்கள் அவர் நினைத்துக் கொண்டிருந்தார். ஆனால், இப்படி ஆகும் என்று அவர் கனவுகூடக் கண்டதில்லை. அவர் செல்போனில் இருந்து முகத்தைத் திருப்பிக்கொண்டு அழ ஆரம்பித்தார். எஸ்.ஐ. அவரைச் சமாதானப்படுத்துவது போலப் பேச ஆரம்பித்தார்.

“அட அழாதீங்க.. இதெல்லாம் இப்போ சாதாரணங்க. தப்பில்லன்னு சட்டமே வந்துடுச்சி. நாமதான் அசிங்கம்

பாத்துனு இருக்கறோம். பையனுக்குச் சீக்கிரம் ஒரு கல்யாணம் பண்ணுங்க. ஊர்ல நீங்க ரொம்ப கவுரதையான ஆளுன்னு கேள்விப்பட்டிருக்கேன். வெளிய தெரிஞ்சா ரொம்ப அசிங்கம் பாருங்க. அதான் நேர்ல ஒரு வார்த்தை சொல்லிட்டு போலாமுன்னு வந்தேன்."

இருவரும் சில நிமிடங்கள் அமைதியாக இருந்தனர். அவர் திரும்பி எஸ்.ஐ.யைப் பார்த்தார். அவர் மீண்டும் தன் முழுப் பற்களையும் காட்டினார்.

இருவரும் திரும்பக் கீழிறங்கி வரும்போது எஸ்.ஐ.யின் கையில் ஒரு மஞ்சள் பை இருந்ததைக் கடையில் இருந்த அனைவரும் கவனித்தனர். எஸ்.ஐ. திரும்பி ஜோசப்பிடம்,

"புதுப்படம் டிவிடி எதனா இருக்குதுங்களா என்று கேட்டுக் கொண்டே உள்ளே நுழைந்தார். இவர் பில் கவுண்டரில் இருந்த பெண்ணிடம் காசு வாங்காதே என்பதுபோல் கண்ணைக் காண்பித்தார். நேராகக் கடைப்பெண்களிடம் சென்ற எஸ்.ஐ. "ஏம்மா.. கடையில் ஆம்பளப் பசங்க யாரும் வேலை செய்யலயா?"

"இல்ல சார்.. சொல்லுங்க சார்."

"அட அத எப்படி உங்க கிட்ட கேக்கறது, சரி புதுப் படம் என்ன இருக்குது" என்று ஆரம்பித்து இரண்டாயிரம் ரூபாய்க்கு வாங்கிக்கொண்டார். இவன் இத்தோட போகமாட்டான் என்று நினைத்துக்கொண்டார் ஜோசப்.

இதற்குப் பிறகே கிரிஸ்டோவை பிரான்ஸ் அனுப்புவது என்று தீர்மானித்தார்.

***

ஆரோக்கிய மேரி நன்றாகச் சாய்ந்து உட்கார்ந்து கொண்டாள். இவர்கள் இருவரும் அமைதியாக

நின்றுகொண்டிருந்தனர். அவள் ஒருவித அதிகாரத் தோரணையில் பேச ஆரம்பித்தாள்.

“இதோ பாருங்க, நேஷனாலிட்டி பொண்ணுங்கலாம் நிறையவே இருக்குதுங்க. ஆனா, ஒவ்வொன்னுலையும் ஏதாவது ஒரு சிக்கலு இருக்கும். ஏன்னா, அதுங்களுக்குக் கிராக்கி அப்படி. எவனயாவது லவ் பண்ணியிருக்கும், அவசரத்துல கல்யாணம் பண்ணிப் பிரிச்சி வச்சிருப்பாங்க. சிலதுங்க தப்புக்கூடப் பண்ணியிருக்கும். அதுக்காக நல்ல பொண்ணே இல்லன்னு சொல்லல. எல்லாத்துக்கும் செலவு பண்ணத் தயாரா இருக்கணும். முக்கியமா பிரச்சினை வந்த தாங்கிக்கவும், சமாளிக்கவும் முடியணும். இன்னா சொல்றீங்க.”

“கர்த்தரே! இன்னாங்க இப்படிப் பயமுறுத்தறீங்க” என்றாள் செலினா.

“பயமுறுத்தலம்மா.. ஒரு சேப்டிக்கி சொல்லி வெச்சிக்கிறேன். நாளைக்கி எதுனா பிரச்சினைனா நீங்கதான கட்டி வெச்சீங்கன்னு எங்கிட்ட வந்து நிக்கக்கூடாதுல அதான்.”

“அதல்லாம் இல்ல.. ஆனா கொஞ்சம் நல்ல குடும்பமா, நல்ல பொண்ணாப் பாருங்க.”

“சரி.. பையன் பிரான்ஸ்க்குப் போனா போதும்னு பாக்கறீங்களா, இல்ல நல்ல குடும்பமா பார்த்து வாழவெக்கணும்னு ஆசப்படறீங்களா” என்றாள்.

இருவருக்கும் ஒன்றும் புரியவில்லை. ஜோசப் கேட்டார்,

“புரியலீங்க.. என்ன சொல்றீங்க.”

“அது இல்லீங்க.. காசு கொடுத்தா கல்யாணம் பண்ணிக்கினு பிரான்ஸுக்கு கூட்டினு போய் ஒரு வருசத்துல நேஷனாலிட்டி வாங்கிக்கொடுத்துட்டு டைவர்ஸ்

பண்ணிடுவாங்க. பின்னாடி அவங்க இங்க வந்து அடுத்த கல்யாணத்தப் பண்ணிக்குவாங்க. அதுக்கப்பறம் மாப்ள சைடுல நல்ல பொண்ணாப் பாத்து கட்டிவெப்பாங்க. அப்படி எதுனா யோசனை இருந்தா சொல்லுங்க. சீக்கரமா முடிச்சிடலாம்" என்றாள்.

"அய்யய்யோ கர்த்தரே.. அப்படிலாம் வேணாம், நல்ல பொண்ணாவே பாருங்க" என்றாள் செலினா.

"செரி சீக்கிரம் ஏற்பாடு பண்றேன். பையன் போட்டோ ஒண்ணு குடுங்க."

வேகமாகச் சென்ற செலினா கிரிஸ்டோவின் புகைப்படம் ஒன்றை எடுத்துக்கொண்டு வந்துகொடுத்தாள். ஆனால், ஆரோக்கிய மேரி அதை வாங்காமல் அவர்களையே ஏற இறங்கப் பார்த்தாள். சட்டென சுதாரித்துக்கொண்ட ஜோசப் வேகமாகப் பக்கத்து அறைக்குச் சென்று கையில் நூறு ரூபாய் கட்டுக்கள் இரண்டோடு போட்டோவையும் கொடுத்தார். அவள் அவற்றை வாங்கிக்கொண்டு எழுந்து அறையை விட்டு வெளியேறிக்கொண்டே சொன்னாள்,

"அடுத்த மாசத்துல பொண்ணு சைடு ஆளக் கூட்டினு வரேன்" என்று எழுந்தாள். அவள் எழுந்ததும் இருவரும் எழுந்தனர். அவள் பின்னாலேயே சென்று அவளை வழியனுப்பி வைத்தனர். பின் பெருமூச்சு விட்டபடி வந்து சோபாவில் சாய்ந்தார் ஜோசப்.

15

விழித்து வெகு நேரமாகியும் கட்டிலில் படுத்தவாறு தலைக்கு மேல் தன் கிளைகளைப் பரப்பி இருந்த வேப்பமரத்தையே பார்த்துக்கொண்டிருந்தான் அசோக். கிளைகளின் இடைவெளியில் வெயில் தன் கதிர்களை அவன் மீது செலுத்திக்கொண்டிருந்தது. ஆனால், அது இன்னும் முகத்தில் படாமல் நிழலிலேயே தன் முகம் இருந்ததால் அப்படியே படுத்திருந்தான். ஓர் அணில் அவன் தலைக்கு மேலே இருந்த கிளையில் போவதும் வருவதுமாக இருந்தது. எதையோ யோசித்து ஒரு கிளையிலிருந்த வேப்பம்பழத்தை எடுத்துத் தனது பற்களால் சுரண்டிப் பார்த்துவிட்டு நழுவவிட்டது. அது சரியாக அவன் நெற்றிப்பொட்டில் வந்து விழுந்தது. அவன் சடார் என்று எழுந்து உட்கார்ந்து மேலே பார்த்தான். அவன் பார்ப்பது தெரிந்து, அணில் தலைதெறிக்க அந்த மரத்திற்குப் பக்கத்தில் இருந்த ஒரு தென்னை மரத்திற்குத் தாவி கீழிறங்கி ஓடியது.

பல குடும்பங்கள் கூடி இருந்த குடியிருப்பு அது. ஆலை ரோட்டின் முடிவில், நேர் எதிரே புவன்கரே வீதியில் இருந்தது அந்த வீடு. முன்பக்கம் வீட்டின் சொந்தக்காரரும், வீட்டை ஒட்டிய சந்தின் வழியாகச் சென்றால் கீழே நான்கு வீடுகளும், முதல் மாடியில் மூன்று வீடுகளும் இருந்தன. முதல் மாடியில் பின்பக்கம் இருந்த வீட்டில்தான் அசோக்கும், அவன் அம்மாவும், பாட்டியும் இருந்தனர். வீட்டின் பின்பக்கம் இருந்த காலி இடத்தில் இருந்த வேப்பமரம் தான் அவன் வீட்டின் முன்புறம் கிளைகளைப் பரப்பி நிழல் தந்துகொண்டிருந்தது. வீட்டு வாசலுக்கு முன் காலியாக இருந்த சிறிய இடத்தில் மடக்கும் கட்டில் போட்டு

வேப்பமர நிழலில் படுப்பது அசோக்கிற்கு எப்போதும் வழக்கம்.

ஒரு சமையலறை மற்றும் ஒரு படுக்கையறை மட்டுமே கொண்ட சிறிய வீடு. மாடியில் இருந்த மூன்று போர்ஷனுக்கும் சேர்த்துப் பொதுவாக இரு குளியலறைகளும் ஒரு கழிவறையும் இருந்தன. தண்ணீர் வரும்போது பிடித்துவைத்து பயன்படுத்திக்கொள்ள வேண்டியது தான். பெரும்பாலும் யாருக்கும் தெரியாமல் எதுவும் நடக்காது. ரகசியங்களைக் காப்பாற்றிக்கொள்வது அவரவர் சாமர்த்தியத்தைப் பொருத்தது.

தூக்கம் கலையாமல் அப்படியே உட்கார்ந்திருந்தான். அவன் அம்மா வீட்டுக்குள்ளே ஏதோ புலம்பியவாரே சமைத்துக்கொண்டிருந்தாள். அது தினமும் வழக்கம் தான். சமைத்துவிட்டு அவள் மெழுகுவர்த்தி கம்பெனிக்கு வேலைக்குப் போக வேண்டும். மகன் சும்மா ஊர் சுற்றுகிறான். சீக்காளியான அம்மாவும் தினமும் தொல்லை தருகிறாள், நாளுக்குநாள் அவளுக்கு எரிச்சல் அதிகரித்துக் கொண்டே இருந்தது. எழுந்து வெளியே வந்தவள் உட்கார்ந்து இருந்த தன் மகனைப் பார்த்து, “டேய், மணி எட்டரை ஆகுது எழுந்து மடமடன்னு தண்ணியப் புடியேன்டா ஒன்பது மணிக்கு நின்னுடும்ல.”

அவன் அசையாமல் அப்படியே உட்கார்ந்து இருந்தான். அவன் அம்மா மீண்டும் புலம்புவது கேட்டது. “என் தலையெழுத்து கட்டுனதும் சரியில்ல, பெத்ததும் சரியில்ல என் உயிர எடுக்கறதுக்குன்னே வந்து சேந்து இருக்குதுங்க. ஒரு வேலைக்குத் தெரவசா இருக்கா? ஊருல உலகத்துல அது அதுங்க இன்னாமாப் பெத்தவங்கள தாங்குதுங்க.. இங்க இன்னாடான்னா இன்னும் எங்கிட்டயே பிச்ச எடுத்துன்னு இருக்குது” பேசிக்கொண்டே எழுந்து வெளியே வந்தவள்

அவன் இன்னும் அப்படியே இருப்பதைப் பார்த்து வெறி பிடித்தவள் போல் கத்தினாள்.

“பேய் எரும மாடு.. எனக்குனு வந்து சேர்ந்திருக்க பாரு. தண்டச் சோற துன்னுக்குனு ஊருமேஞ்சிகினு.”

அசோக் வேகமாக எழுந்து போய் அவன் அம்மா கையில் வைத்திருந்த தவலையை எட்டி உதைத்தான். அது பறந்துபோய் சுவரில் மோதி உருண்டு நின்றது. சரியாகத் தவலை ஒடுக்கு விழுந்த பக்கம் அவன் அம்மா பார்க்கும்படி நின்றது. அதைப் பார்த்த அவள் மேலும் வெறிகொண்டு கத்த ஆரம்பித்தாள்.

“எந்த நேரத்துல என் தலயெழுத்த எழுதி வைச்சாங்களோ அய்யோ ஏன் தான் இப்டி ஒரு சனியன பெத்துத் தொலச்சேனோ.”

“எந்த நேரத்துல இந்தச் சனியன பெத்துத் தொலச்ச நீ எப்பப் பாத்தாலும் கத்திகினே இருக்குது” என்று தன் பாட்டியைப் பார்த்துக் கத்தினான் அசோக்.

“வேலைக்குப் போ வேலைக்கு போன்னா என்ன கலெக்டருக்கா படிக்க வைச்சிருக்க. என்னாலலாம் கடைசி வரைக்கும் கூலி வேலைக்கும், கம்பெனி வேலைக்கும் போவ முடியாது. எனக்குன்னு ஒண்ணு இருக்குது. நா அதுக்கு இன்னா வேல பாக்கணுமோ அததான் பாப்பேன். எனக்கு பிரான்ஸுக்குப் போவனும். இங்கலாம் இருக்க முடியாது என்னால. சும்மா தெனைக்கும் கத்திகத்தி என் உயிர எடுக்காத. இதோ இந்தக் கிழவியும் சும்மாதான இருக்குது அதக் கேளு” என்று எழுந்து கழிவறைக்குச் சென்று சிறுநீர் கழித்துவிட்டு வாய்கொப்பளித்து, முகம் கழுவிக்கொண்டு வீட்டிற்குள் சென்றான். இப்போது அவன் அம்மா முணுமுணுத்துக் கொண்டிருந்தாள். அவன் அதைக் கண்டுகொள்ளாமல் உடைமாற்றிக்கொண்டு

வெளியே வந்தான். அவன் பாட்டி சத்தமில்லாமல் அழுதுகொண்டிருந்தாள்.

வேகமாகப் படியிறங்கி, சந்து வழியாக நடந்து வந்து வீட்டு வாசலில் நின்றான். புவன் கரே சாலையில் போக்குவரத்து அதிகரித்துக் கொண்டிருந்தது. சுற்றி இருந்த ஜீவானந்தம், அன்னை சிவகாமி, வைஸ்மேன் மற்றும் சில பள்ளி மாணவர்கள் இடமிருந்து வலமாகவும், வலமிருந்து இடமாகவும் போய்க்கொண்டிருந்தனர். அவன் பார்வை முழுக்க அன்னை சிவகாமி பள்ளிப் பெண்கள் மீதே இருந்தது. அவன் கொள்கைப்படி அவன் சுடிதார் அணிந்த பெண் பிள்ளைகளையே பார்ப்பான். மற்றவர்கள் அவனைப் பொறுத்தவரை குழந்தைகள். சுற்றிப் பார்த்துக்கொண்டே இருந்தான். எதிரில் ஆலை ரோட்டின் முனையில் பெட்ரோல் பங்க் வேலைகள் மும்முரமாக நடந்து கொண்டிருந்தன. இன்னும் இரண்டு நாட்களில் திறக்கப்படுவதாகச் சொல்லிக்கொண்டிருந்தார்கள். பெட்ரோல் பங்கில் அவனுக்குத் தெரிந்த ஒருவன் பேசிக்கொண்டிருந்தான். அசோக் அவனையே பார்த்துக்கொண்டிருந்தான். அவன் பேசிக்கொண்டே திரும்பி இவனைப் பார்த்தான். பார்த்ததும் உற்சாகமாகக் கைகளை ஆட்டினான். இவனும் பதிலுக்குக் கைகளை ஆட்டிவைத்தான். அவன் பேசிக் கொண்டிருந்தவரிடம் ஏதோ சொல்லிவிட்டு இவனை நோக்கி நடந்து வந்தான்.

'இருக்கற கடுப்புல இவன் வேற ஏன் இங்க வரான்' என்று நினைத்துக்கொண்டான். அவன் சிரித்தவாறே இவனை நோக்கிச் சாலையைக் கடந்து வந்து,

"இன்னா மச்சான்.. எப்படி இருக்க?"

"ம் நல்லா இருக்கேன்டா, நீ எப்படி இருக்க?"

“நல்லா இருக்கேன்டா இதோ இந்தப் பெட்ரோல் பங்க்ல தான்டா வேலைக்குச் சேர்ந்து இருக்கேன்.”

“அப்படியா என்னா சம்பளம்.”

“சம்பளம்லா இன்னும் பேசலடா முதலாளி இன்னும் வரலயாம். நீ என்னடா பண்ற?”

அசோக் அமைதியானான். என்ன சொல்வதென்று யோசித்தான். இவனிடமெல்லாம் விளக்கம் சொல்லிக் கொண்டிருக்க முடியாது. கேட்டுவிட்டுப் போய் பசங்களிடம் சொல்லி, எல்லோரும் சேர்ந்து ஓட்டுவார்கள். எதுவும் சொல்லத் தோன்றாமல்,

“வேல தான்டா தேடின்னு இருக்கேன், எதனா இருந்தா சொல்லுடா” என்று சொல்லிவிட்டு வேடிக்கை பார்க்க ஆரம்பித்தான். பின்னால் சந்தில் ஏதோ குரல் கேட்பது போல் இருந்தது. இவன் அம்மாதான் லேசாகப் புலம்பிக்கொண்டு வந்தவள் இவனைப் பார்த்ததும் கண்டபடி ஏசிக்கொண்டே தேங்காய்திட்டை நோக்கி நடந்தாள். அசோக் அவன் அம்மா போவதையே பார்த்துக் கொண்டிருந்தான். அதைக் கலைத்தவாறு எதிரில் இருந்தவன் சத்தமாகப் பேசினான்.

“மச்சான் நல்லதாப் போச்சு பெட்ரோல் பங்க்ல இன்னும் ரெண்டு பேரு வேணும்னு சொன்னாங்க, வந்துடுடா.”

அசோக்கிற்கு மீண்டும் என்ன சொல்வது என்று தெரியவில்லை. இவனைச் சமாளித்து அனுப்பிவிட வேண்டும் என்று தவித்தான்.

“இல்ல மச்சான், பகல்ல ஒரு கிளாஸுக்குப் போறேன், நைட்டு வேலயா பாக்கறேன்டா.”

"நல்லதாப் போச்சு. நைட் வேலைக்குத் தான்டா ஆளு கெடைக்கலன்னு சொல்லிகினு இருந்தாங்க. என்கூட வா கையோட சேர்த்துவிடறேன்" என்று சொல்லிவிட்டு அவன் பெட்ரோல் பங்க் நோக்கி நகர்ந்தான்.

ஏதோ சமாளிப்பதற்காகச் சொல்லிவிட்டோம். ஆனால், நைட் வேலை என்று சொன்னதும் போகலாம் என்று தோன்றியது. வேலைக்குப் போனாப்லயும் ஆச்சு, பிரெஞ்சு கிளாஸ்க்குப் போனாப்லயும் ஆச்சு. வீட்டில் அம்மாவின் தொல்லையில் தப்பித்தது போலும் ஆச்சி என்று நினைத்துக் கொண்டான். ரோட்டைத் தாண்டிச் சென்ற அவன் திரும்பிப்பார்த்து அசோக்கைக் கூப்பிட்டான். இவனும் அவனை நோக்கிப் போனான்.

மணி பதினொன்று இருக்கும் அசோக் டைலர் கடை வாசலில் உட்கார்ந்து இருந்தான். டைலர் உள்ளே துணிகளை வெட்டிக் கொண்டிருந்தார். அசோக்கிடம் எதுவும் பேசவில்லை, வேலையிலேயே கண்ணாக இருந்தார். அசோக் வேலை நடந்து கொண்டிருந்த பெட்ரோல் பங்கையே பார்த்துக் கொண்டிருந்தான். டைலர் அவனிடம் பேச்சுக் கொடுத்தார்,

"இன்னாடா காலையிலேயே பெட்ரோல் பங்க்ல யாரு கிட்டயோ பேசிக்கினு இருந்த."

"அவருதான் பெட்ரோல் பங்க் மேனேஜர், டைலர்."

"இன்னா மேட்டரு?"

"பங்க்ல வேலைக்குப் போலாம்ன்னு இருக்கேன். பிரண்டு ஒருத்தன் அதுல சேர்ந்து இருக்கான்."

"ஏதோ கிளாஸ்க்குப் போறன்னு சொன்ன, எதையுமே உருப்படியா செய்யமாட்டியா."

"வேல நைட்ல தான் டைலர்."

"நைட்லயா.. அப்போ எப்போ தூங்குவ?"

"தூங்கிக்கலாம் டைலர். வேற என்னா பண்றது காலங்காத்தால எழுந்ததும் அந்தக் கத்து கத்துது. ச்ச அது இம்ச தாங்க முடில அதுக்குன்னே எதனா வேல பாக்கணும்" என்று சொல்லிவிட்டு முகத்தைத் திருப்பிக்கொண்டு அமைதியாக இருந்தான் அசோக். அவனுக்குத் தெரியும் டைலர் எப்போதும் அம்மாவுக்குத்தான் வக்காலத்து வாங்குவார் என்று. அதற்கு ஒரு பின்கதையும் அவன் சமீபத்தில்தான் கேள்விப்பட்டான். நேரம் கிடைக்கும் போது கேட்க வேண்டும் என்று நினைத்துக் கொண்டான். அசோக் அமைதியாக இருப்பதைக் கண்டு டைலர் மீண்டும் பேச்சுக் கொடுத்தார்.

"இன்னா சம்பளம்டா தருவானுங்க?"

"இன்னும் பேசல டைலர், ஓனர் சாயங்காலந்தான் வருவாராம். டைலர் காலையிலிருந்து எதுவும் சாப்பிடல ஒரு டீ சாப்பிடலாமா."

அவருக்கும் அப்போது ஒரு டீ சாப்பிட வேண்டும்போல இருந்தது.

"சரி வா போவோம்" என்று கூறிய டைலர் அசோக் உட்கார்ந்திருந்த சேரை எடுத்துக் கடையை மறைத்தவாறு வைத்துவிட்டு, இருவரும் புவன்கரே வீதி அனிதா நகர் நுழைவாயிலில் இருந்த டீக்கடைக்கு நடந்து சென்றனர். இருவருமே பெட்ரோல் பங்கைப் பார்த்தவாறே சென்றனர். டீ குடித்துவிட்டு வந்து அமர்ந்திருந்த நேரத்தில், அசோக் வீட்டின் பின் போர்ஷனில் இருந்த அக்கா வேகமாக டைலர் கடையை நோக்கி ஓடி வந்தாள். அவள் முகம் மிகவும் பதற்றமாக இருந்தது. வேகமாக வந்த அவள், "அசோக்கு"

என்று பதற்றமாகக் கூப்பிடும் வரை அவன் அவளைக் கவனிக்கவேயில்லை.

"இன்னாக்கா?"

டைலரும் வெளியே வந்து நின்று, என்ன என்பது போல பார்த்தார்.

"அசோக். உங்க ஆயா போயிடுச்சுடா!!"

அசோக் எழுந்து வேகமாக ஓடினான். டைலரும் பின்னாடியே ஓடினார். இவர்கள் இருவரும் ஓடுவதைப் பார்த்த பக்கத்துக் கடைக்காரர்கள் என்னவென்று விசாரித்தனர். அனைத்துக் கடைக்காரர்களும் அந்த வீட்டையே பார்த்தனர். கடைசிக் கடையைத் தவிர, குணா அன்று கடையைத் திறக்கவில்லை.

16

ஜென்னியின் வீடு மாளிகையைப் போல் இருந்தது. பிரான்ஸில் இருந்து பணம் வர வர அது அதிகமாக ஜொலிக்க ஆரம்பித்தது. ஜென்னிக்கு மூன்று அக்காக்கள் இருந்தனர். மூவருமே கட்டிக்கொடுத்து பிரான்ஸ் அனுப்பப்பட்டிருந்தனர். மூவருமே பெருந்தொகைக்குக் கட்டிக்கொடுக்கப்பட்டிருந்தனர். ஜென்னியையும் அவ்வாறு கட்டிக்கொடுத்து பிரான்ஸ் அனுப்ப அவள் பெற்றோர் நினைத்துக்கொண்டிருந்தனர். இவ்வளவு வசதியான ஒரு வாழ்க்கையை ரஃபி சுலபமாகத் தட்டிக்கொண்டுப் போவதை சார்லஸ் விரும்பவில்லை. ஜென்னியும் சார்லஸூம் திருமணம் செய்துகொண்டால் ஜென்னியின் பெற்றோர் முதலில் எதிர்த்தாலும் பிறகு ஒப்புக்கொள்வார்கள் என்று அவனுக்குத் தெரியும். அதனாலேயே அவன் திருமணத்தைத் தடுக்க முயன்றுகொண்டிருந்தான்.

ஜென்னி கட்டிலில் சாய்ந்தவாறு குழப்பமாக உட்கார்திருந்தாள். அவள் எதிரே மதுமிதாவும், சார்லஸூம் இருந்தனர். மூவரும் எதுவும் பேசிக்கொள்ளவில்லை. ஜென்னியின் அம்மா ஒரு ட்ரேயில் மூன்று கிளாஸ்கள் நிறைய பழரசமும் ஒரு தட்டில் கேக்கும் கொண்டுவந்து கட்டிலின் அருகிலிருந்த மேஜையில் வைத்துவிட்டு மூவரையும் பார்த்தாள். மூவரும் ஆளுக்கு ஒரு பக்கம் முகத்தைத் திருப்பியிருந்தனர். சார்லஸ் மட்டும் திரும்பி அவளைப் பார்த்து வலுக்கட்டாயமாகச் சிரித்தான். அவன் சிரித்ததும் தான் அவளுக்கு இன்னும் சந்தேகம் அதிகரித்தது.

“என்ன எல்லோரும் ஒரு மாதிரியா இருக்கீங்க. என்னாச்சு?”

மதுமிதா முந்திக்கொண்டு பதிலளித்தாள், "ஒன்னுமில்ல ஆண்டி. சும்மாதான் பேசிக்கிட்டு இருந்தோம்."

"ஆமா, ஏன் இன்னிக்கு யாரும் கிளாஸுக்கு போவல?"

"ஜென்னிக்கு தலைவலிக்குது முடிலன்னு சொன்னா, அதான் என்னன்னு கேட்டுட்டுப் போலாமுன்னு வந்தோம் ஆன்டி."

"என்னாச்சு ஜென்னி கண்ணு.. தல வலிக்குதா. எங்கிட்ட சொல்லவேயில்ல நீயி?"

ஜென்னி மதுமிதாவை முறைத்தாள். அதன்பிறகு, ஜென்னியின் அம்மா எதுவும் பேசாமல் அறையைவிட்டு வெளியேறினாள்.

மீண்டும் மூவரும் அமைதியானார்கள். சார்லஸ் மட்டும் கொதிப்பாக இருந்தான். அவன் ஒரு முடிவுக்கு வந்திருந்தான். ஒன்று, இன்று ஜென்னியைச் சமாதானப்படுத்தி இந்தக் கல்யாணத்தை நிறுத்துவது, இல்லையென்றால் என்ன நடந்தாலும் பரவாயில்லை என்று, ஜென்னியின் வீட்டில் சொல்லிவிடுவது. மதுமிதாவிடம் இரவு முழுவதும் பேசி அவளையும் தயார் செய்துவைத்திருந்தான். ஜென்னியின் அம்மா அந்த இடத்தைவிட்டுச் சென்றுவிட்டாள் என்று தெரிந்ததும் மதுமிதாவிற்கும், சார்லஸிற்கும் மட்டும் கேட்கும்படி ஜென்னி பேசினாள்,

"இப்போ என்னதான் பண்ணச் சொல்றீங்க. என்னால ரஃபிய ஏமாத்தலாம் முடியாது."

"உன்ன யாரும் ஏமாத்தச் சொல்லல. ஏன் அவசரப்படறன்னு தான் கேக்கறோம்" என்று சார்லஸ் கோபமாகப் பதிலளித்தான். மதுமிதா ஏதோ சொல்ல வாயெடுத்தபோது வெளியே பேச்சுக்குரல் கேட்க அமைதியானாள். மூவருமே வெளியே என்ன நடக்கிறது என்றறிய காது கொடுத்தனர்.

"வாங்க.. வாங்க. சாயந்தரம் தான் வரேன்னு சொன்னீங்க. உக்காருங்க. அவரு இல்லையே இப்போ."

"சாயங்காலம் வேற ஒரு அவசர வேலை இருக்கு, அதான் இப்பவே சொல்லிட்டுப் போவலாம்னு வந்தேன். நீங்க உங்க வீட்டுக்காருகிட்டப் பேசிட்டு நைட்டுக்கா எனக்குப் போன் பண்ணச் சொல்லுங்க."

"இருங்க காபி போட்டு எடுத்துட்டு வரேன்."

அதன்பிறகு, சிறிது நேரம் அமைதியாக இருந்தது. இருவரிடமும் எதுவும் பேசவேண்டாம் என்று ஜென்னி சைகை செய்தாள். இருவரும் ஒருவரை ஒருவர் பார்த்தபடி அமைதியாக இருந்தனர். சிறிது நேரம் கழித்து,

"இந்தாங்க காபி சாப்பிடுங்க."

"ஒரு எடம் வந்திருக்குது. பெரிய எடம்.. ஒரே பையன். நம்ப எதிர்பாக்கறத செய்வாங்க. அதான் சொல்லிட்டுப் போவலாம்னு வந்தேன்."

"ஆமா அவுருகூட சொல்லிட்டு இருந்தாரு. ஜென்னிக்கும் வயசாகிட்டே போவுது. வெளிய எல்லாம் கேக்க ஆரம்பிச்சிட்டாங்க. சொந்தக்காரங்களுக்கெல்லாம் கொடுத்தா ஒண்ணும் பேறாது. வெளியதான் கொடுக்கணும், ராத்திரிக்கு அவரு வந்ததும் பேசிட்டு உங்களுக்குப் போன் பண்ணச் சொல்றேன்."

"சரிம்மா.. நான் கிளம்பறேன்" என்று அவர் அப்படியே உட்கார்ந்திருந்தார். புரிந்துகொண்ட ஜென்னியின் அம்மா வேகமாக உள்ளே சென்றுவந்தாள். அவள் கையில் சில ரூபாய்த்தாள்கள் சுருண்டு இருந்தன. அவள், அதை நீட்ட அவரும் வாங்கி பேண்ட் பாக்கெட்டில் வைத்துக்கொண்டார். இப்போது மீண்டும், "சரி, நான் கிளம்பறேன்" என்று எழுந்தார்.

"நம்ப கேக்கறத செய்வாங்களா?"

"மேலயே செய்வாங்க.. கவலப்படாதீங்கமா.. நான் வரேன்."

அதன்பிறகு வெளியே இருந்து எந்தச் சத்தமும் கேட்கவில்லை. மூவரும் ஒருவரையொருவர் பார்த்துக்கொண்டனர். சார்லஸுக்கு உள்ளுக்குள் குதூகலமாக இருந்தது. தன் வேலை சுலபமாகிவிடும் போல் அவனுக்குத் தோன்றியது. ஜென்னி பார்க்காதபோது மதுமிதாவைப் பார்த்து லேசாக சிரித்தான். மதுமிதா எந்த முகபாவமும் காட்டாமல் அமைதியாக இருந்தாள்.

ஜென்னி தன் தொடைகளுக்குள் முகம்புதைத்து அழ ஆரம்பித்தாள். அவள் அழுகிறாள் என்று கண்டுகொண்ட மதுமிதா,

"ஏய் ஜென்னி.. எதுக்கு இப்போ அழற. அம்மா வரப்போறாங்கடி."

அவள் அழுதவாறே இருவரையும் பார்த்து, "நான் ரஃபிய கல்யாணம் பண்ணிக்கிறது உங்களுக்குப் பிடிக்கலல்ல. எனக்குத் தெரியும்."

சார்லஸ் மனம் வதங்கிவிட்டது. ஆனால், அதைக் காட்டிக்கொள்ளாமல் கோபமாக இருப்பதுபோல் முகத்தை வைத்துக்கொண்டு,

"இதோ பாரு ஜென்னி.. நீ லவ் பண்ணக்கூடாதுன்னோ, கல்யாணம் பண்ணிக்கக்கூடாதுன்னோ நாங்க நினைக்கல. ஆனா, அவன் உன்ன உண்மையா லவ் பண்றான்னு நீ நினைக்கறியா. இல்லவே இல்ல. அவன் உன்ன லவ் பண்றதுக்கு ஒரே காரணம் நீ நேஷனாலிட்டி பொண்ணு, அதான். மத்தபடி வேற எந்தக் காரணமும் இல்ல. நாளைக்கே உன் நேஷனாலிட்டிய வச்சி அவன் பிரான்ஸ்க்குப் போயி

அவனும் நேஷனாலிட்டி வாங்கிட்டான்னு வச்சுக்க கண்டிப்பா உன்னத் தொரத்திவிட்டுருவான்.”

“ஏன்.. இப்போ வந்துட்டுப் போறானே அவன் பாக்கற மாப்பிள்ளையும் அதையே பண்ணா என்ன பண்றது?” எனக் கோபமாகப் பதில் சொன்னாள் ஜென்னி.

“அவன் ஒண்ணும் சும்மாவரல. எப்படியும் அவங்க வீட்டுல கொறஞ்சது பதினஞ்சு லட்சமாவது கொடுத்துதான் உன்னைக் கட்டிக்கிறாங்க. அதுக்கு மேலயும் எதாவது பிரச்சினை ஆச்சுனா உங்க அப்பா அம்மா உன் கூட இருப்பாங்க.. ஆனா, அவன் கூட போனா உங்கப்பா சும்மா விட்டுருவாருன்னு நினைக்கறியா? அதுவும் அவன் முஸ்லீம் அவன் வீட்லயும் துரத்திவிட்டா என்ன பண்ணுவ.”

ஜென்னி எதுவும் பேசவில்லை. அமைதியாக இருந்தாள். அவள் ஏதோ யோசிப்பது போல் இருந்தது. இதுதான் தனக்கான சமயம் என்று மதுமிதா மெல்ல பேச்சுக்கொடுத்தாள்.

“இதோபாரு ஜென்னி.. நம்ப ஊருல நேஷனாலிட்டி பொண்ணுங்கள ஏமாத்தி கட்டிக்கறதுக்குன்னே ஒரு கூட்டம் சுத்திகிட்டு இருக்கு. நம்ப காலேஜ் வாசல்ல தினமும் பாக்கறல்ல. காசு இல்லாதவன் ரோட்டுல சுத்தி டிரை பண்ணுவான். கொஞ்சம் காசு இருக்கறவன் படிக்கற மாதிரி உள்ள வருவான். நாமதான் ஜென்னி ஜாக்கரதையா இருக்கணும்.”

“ரஃபி ஒண்ணும் அந்த மாதிரிலாம் இல்ல.”

“அப்போ நேரா உங்க அப்பாகிட்ட வந்து பேச வேண்டியதுதானே. எதுக்கு இப்படித் திருட்டுக் கல்யாணம். அதுவும் ரஃபி கூட இருக்கறவனப் பாத்தாலே எனக்குக்

கடுப்பா இருக்கு. அவனப் பார்த்துக்கூடவா உனக்கு டவுட் வரல."

ஜென்னி பதிலேதும் சொல்லவில்லை. அவள் யோசிக்க ஆரம்பித்துவிட்டாள் என்று இருவருக்கும் தோன்றியது. இன்னும், அவளைக் கொஞ்சம் குழப்பினால் போதும் காரியம் கை கூடிவிடும் என்று சார்லஸுக்குத் தோன்றியது. அவன் எதாவது பேசலாம் என்று நினைத்த நொடி ஜென்னியின் அம்மா அறைக்குள் வந்தாள்.

"ஏய் ஜென்னி சூடா இந்தக் காப்பியக்குடி. தலவலிக்குக் கேக்கும்" என்று கொண்டு வந்த காபி டம்ளரை அவளருகே இருந்த மேஜைமீது வைத்துவிட்டு எதுவும் பேசாமல் வெளியே சென்றாள். அவள் போகும்வரை காத்திருந்த சார்லஸ், அவள் கண்ணைவிட்டு மறைந்ததும் பேச ஆரம்பித்தான்.

"இதோப்பாரு ஜென்னி அந்தக் காலத்துல நம்ப தாத்தாலாம் பிரெஞ்சுக்காரங்கிட்ட கஷ்டப்பட்டதுக்காக அவன் போவும் போது நமக்குக் கொடுத்துட்டுப்போன பரிசு தான் பிரெஞ்சு நேஷனாலிட்டி. அது நம்ப உரிமை. அதவெச்சி நாம தான் வாழணும். சும்மா யாருக்கும் தூக்கிக்கொடுத்துடக் கூடாது. எல்லாம் இருந்தும் நாம ஏன் கஷ்டப்படணும். தெரிஞ்சே போயி நீ சாக்கடையில் விழுறத எங்களால பார்த்துகிட்டுச் சும்மா இருக்க முடியாது. அவன் உன்ன உண்மையா லவ் பண்ணா வந்து வீட்டுல பேசிக் கல்யாணம் பண்ணிக்கச் சொல்லு. நாளைக்கு எதனா பிரச்சினைனா உங்க அம்மாவுக்கும் அப்பாவுக்கும் நாங்க என்ன பதில் சொல்றது."

ஜென்னி அழ ஆரம்பித்தாள். இந்த முறை அவர்கள் அவளைத் தடுக்கவில்லை. அவர்களுக்குத் தெரிந்திருந்தது, அவள், அவர்கள் பக்கம் சாய ஆரம்பித்துவிட்டாள்

என்று. இப்போது ஓர் இடைவெளி கொடுப்போம் என்று இருவருமே கண்களால் பேசிக்கொண்டார்கள். சரியாக, அதே நேரம் ரஃபி ஜென்னிக்கு போன் செய்தான். ரிங் போய்க்கொண்டிருந்தது. மூவருமே செல்போனையே பார்த்துக்கொண்டிருந்தனர். சார்லஸ்க்குத் திக்கென்று இருந்தது. இவ்வளவு நேரம் பேசி மாற்றிவைத்திருந்ததை இவன் ஏதாவது பேசிக் கலைத்துவிடுவானோ என்று பயந்தான். போன் கட் ஆகி சில நொடிகள் கழித்து மீண்டும் அடித்தது. இந்த முறை மதுமிதா போனை எடுத்து ஆன் செய்து ஸ்பீக்கரில் போட்டாள்.

"ஹலோ ஜென்னி."

ஜென்னி தயங்கியவாறே "ஹலோ" என்றாள்.

"என்ன ஆச்சி? ஏன் குரல் ஒருமாதிரி இருக்கு?"

"ஒண்ணுமில்ல லேசா கோல்டு."

"ஓ.. சரி மருந்து எதனா சாப்பிட்டியா?"

ஜென்னி அதற்குப் பதிலேதும் சொல்லவில்லை. "என்ன விஷயம் ரஃபி?"

"ஒன்னும் இல்ல. ஒரு சின்னப் பிரச்சன. காசு எனக்கு நாளைக்கு ஈவனிங்தான் கிடைக்கும். உன்னால ஒரு பத்தாயிரம் ஏற்பாடு பண்ண முடியுமா?"

ஜென்னி அமைதியாக இருந்தாள். என்ன சொல்வது என்று தெரியவில்லை. ஒருவேளை இவர்கள் இருவரும் இல்லையென்றால் நிச்சயம் பணம் கொடுத்திருப்பாள். ஆனால், அவர்கள் இப்போது ஜென்னியைக் குழப்பிவிட்டிருந்தனர்.

"ஜென்னி.. ஜென்னி.."

"ஆங்.. ஹலோ.."

"என்ன ஆச்சு?"

"அம்மா வராங்க.. நான் மறுபடியும் கூப்பிடறேன்" என்று போனை கட் செய்தாள். எதிரிலிருந்த இருவரையும் அவளால் நேராகப் பார்க்க முடியவில்லை. சார்லஸ் தனக்கு மேலும் ஒரு வாய்ப்பு கிடைத்துள்ளதை நினைத்து மகிழ்ந்தான்.

"என்ன ஜென்னி பணம் கொடுக்கப்போறியா?" என்றாள் மதுமிதா.

சார்லஸ் விரக்தியாகப் பேசுவது போன்ற பாவனையில் பேசினான்.

"லட்சக் கணக்குல கொடுத்து உன்னக் கட்டிக்க, அங்க அவ்ளோ பேரு காத்துட்டு இருக்காங்க. இவனால ஒரு பத்தாயிரம் செலவு பண்ணி ஒரு ரெஜிஸ்டர் மேரேஜ் கூட பண்ண முடியல. இவன் எங்க உன்னக் காப்பாத்தப் போறான்."

ஜென்னி எரிச்சலடைந்தாள். சார்லஸைப் பார்த்துக் கத்தினாள்.

"சார்லஸ், கொஞ்ச நேரம் சும்மா இருக்கியா."

சார்லஸுக்கும் கோபம் வந்தது. வேகமாக எழுந்தான். தரையில் இருந்த தன் பேக்கை எடுத்து மாட்டிக்கொண்டான்.

"நீ எதனா பண்ணு ஜென்னி. எனக்கென்ன? நாளைக்கு உங்க வீட்டுலருந்து வந்து எங்கிட்ட ஏதாவது கேட்டா எனக்குத் தெரியாதுன்னுதான் சொல்லுவேன். நான் எதுவும் சொல்லமாட்டேன். நீ நல்லா இருந்தா சரிதான். நான் கிளம்பறேன்" என்று வேகமாக அறையை விட்டு

வெளியேறி வாசலை நோக்கிச் சென்றான். மதுமிதாவும் அவன் பின்னாலேயே ஓடினாள்.

“நீ எங்க எங்கூட வர.. போயி அவகூட இரு. எதனா பிரச்சினைனா எனக்கு கால் பண்ணு. முடிலனா நைட் அவங்கப்பா கிட்ட சொல்லிடலாம். நீ போ” என்று மதுமிதாவை அனுப்பிவிட்டு அவன் வேகமாக வீட்டை விட்டு வெளியேறினான்.

அதே நேரம் ரஃபியிடமிருந்து சார்லஸ்க்கு கால் வந்தது. உடனே எடுத்து “ஹலோ” என்றான். பேசியது சுந்தர்.

“டேய்.. நான் சுந்தர் பேசறன்.”

சுந்தரின் குரலைக் கேட்டதும் சார்லஸ்க்கு எரிச்சலாக இருந்தது. இருந்தாலும் காட்டிக்கொள்ளாமல், “சொல்லுடா” என்றான்

“எங்க இருக்க?”

“ஃபிரண்ட் வீட்டுல.. ஏன் என்னாச்சு?”

“நீ உடனே ஜென்னி வீட்டுக்குப் போயி, எதாவது பிரச்னையான்னு பார்த்துட்டு கால் பண்ணு.”

“சரி, நீ வை. நான் போய்ப்பார்த்துட்டு கால் பண்றேன்” என்று போனைக் கட் செய்துவிட்டு, மதுமிதாவிற்கு நடந்ததை மெஸேஜ் செய்தான். தான் பார்த்துக்கொள்வதாக பதில் வரவே திருப்தியடைந்தவனாக தன் பைக்கை எடுத்துக்கொண்டு புறப்பட்டான். ஜென்னியின் வீடிருந்த தெருவைக் கடந்து சார்லஸ் போவதைத் தெருமுனையில் சிகரெட் பிடித்துக்கொண்டிருந்த சுந்தரும் ரஃபியும் பார்த்துக்கொண்டிருந்தனர். அவர்களைக் கவனிக்காமல் சார்லஸ் போய்க்கொண்டிருந்தான்.

17

டைலர் வேலைகள் அனைத்தையும் இழுத்துப்போட்டு செய்துகொண்டிருந்தார். அசோக்கின் அம்மாவும், அக்கம்பக்கத்து வீட்டுப் பெண்களும் பிணத்தைச் சுற்றி உட்கார்ந்துகொண்டு ஒப்பாரி வைத்துக்கொண்டிருந்தனர். வீட்டு வாசலில் சாலையை ஒட்டி ஷாமியானா பந்தல் போடப்பட்டு அதன் கீழே பிணம் ஒரு கண்ணாடிப் பெட்டிக்குள் வைக்கப்பட்டிருந்தது. வலது பக்கம் ஒரு நாற்காலியில் உட்கார்ந்துகொண்டு ஒருவன் சங்கையும் மணியையும் மாற்றி மாற்றி இசைத்துக்கொண்டிருந்தான். சாலையின் எதிர்ப்புறம் புதிதாக உருவாகிக்கொண்டிருந்த பெட்ரோல் பங்க் அருகே பாடை கட்டிக்கொண்டிருந்தனர். சாலையில் போவோர் வருவோரெல்லாம் வேடிக்கை பார்த்தபடி சென்றுகொண்டிருந்தனர். பிணத்தைக்கூட ஒருமுறை எட்டிப்பார்த்தால் தான் மனிதன் திருப்தியடைவான்.

பந்தல் போடுவதிலிருந்து, பாடைகட்டுவது, வருபவர்களுக்கு டீ சொல்வது, சுடுகாட்டிற்கு ஆள் அனுப்புவது என எல்லா வேலைகளையும் டைலர் பரபரப்பாகச் செய்துகொண்டிருந்தார். அனைத்தையும் தன் சொந்தச் செலவிலேயே செய்தார். அசோக் அனைத்தையும் ஒரு ஓரமாக நின்று பார்த்துக்கொண்டிருந்தான்.

நேற்று செய்தி கிடைத்ததும் வேகமாக ஓடிவந்து பார்த்து, என்ன செய்வதென்று தெரியாமல், பிறகு ஆம்புலன்சுக்குச் சொல்லி, அரசு மருத்துவமனைக்குச் சென்று, இறப்புச் சான்றிதழ் பெற்று, என எல்லாம் முடிந்து மீண்டும் பிணத்தை வீட்டிற்குக் கொண்டுவருவதற்கு மாலை நான்காகிவிட்டது.

வயசான பாடி, ரொம்ப நேரம் தாங்காது இன்றே எடுத்துவிடலாம் என்று சிலர் சொல்ல, இருட்டிவிடும் காலையில் எடுத்துவிடலாம் என்று முடிவுசெய்யப்பட்டது. அசோக்கிற்கு அதிக சொந்தங்கள் இல்லாததால், டைலர் எல்லா வேலைகளையும் செய்துகொண்டிருந்தார். அவரே முழுச்செலவையும் செய்ததால், இருந்த கொஞ்ச சொந்தங்களும் எதுவும் பேசவில்லை.

இரவு முழுக்க அமைதியாகவே கழிந்தது. யாரும் அழவில்லை. பிணத்தின் அருகில் சிலர் கதை பேசிக் கொண்டிருந்தனர். அசோக்கின் மடக்கும் கட்டில் டைலருக்கு ஒதுக்கப்பட்டிருந்தது.

மறுநாள் காலை கிட்டத்தட்ட பாடைகட்டி முடிக்கப் பட்டிருந்தது. அசோக் அதையே பார்த்துக்கொண்டிருந்தான். அவன் அருகில் கதிர் கைகளைக் கட்டிக்கொண்டு நின்றிருந்தான். அசோக் உண்மையாகவே சோகமாகத்தான் இருக்கிறானா அல்லது அப்படி இருப்பது போல் நடிக்கிறானா என்று அவனால் கண்டுபிடிக்கவே முடியவில்லை.

தான் நேற்று அப்படிப் பேசியதால் தான் பாட்டி இறந்துவிட்டதாக நினைத்தான். அந்தக் குற்றவுணர்வே அவனை செயலிழக்க வைத்துவிட்டது. எதுவும் புரியாமல் என்ன செய்வது என்று தெரியாமல் சிலைபோல் நின்றிருந்தான்.

தூரத்தில் குணா ஆபிஸ் திறப்பதைக் கவனித்தான் அசோக். குணாவும் ஓரக்கண்ணில் இவர்களைப் பார்த்துக்கொண்டே தான் இருந்தான்.

அசோக் கதிரை அழைத்தான்.

“இன்னாடா.”

"குணாகிட்டப் போயி விஷயத்த சொல்லி வரமுடியாது வேற ஏற்பாடு பண்ணிக்கங்கன்னு சொல்லிட்டுவா."

"சரி" என்று சொல்லிவிட்டு கதிர் சாலையைக் கடந்து குணாவை நோக்கிச் சென்றுகொண்டிருந்தான். சுற்றிப் பரபரப்பாக வேலை செய்துகொண்டிருந்தாலும் டைலர் இவை அனைத்தையும் கவனித்தபடி இருந்தார்.

கதிர் குணாவிடம் ஆபிஸ் வாசலிலேயே நின்று பேசிக்கொண்டிருந்தான். குணா ஏதாவது கோபமாகப் பேசுகிறாரா என்று அசோக் கவனித்துக் கொண்டிருந்தான். ஆனால், அப்படி எதுவும் நிகழவில்லை. கதிர்தான் ஏதோ பேயறைந்த மாதிரி இருந்தான். ஒருவழியாக கதிர் குணாவிடமிருந்து நகர்ந்தான். அசோக்கை நோக்கி வந்துகொண்டிருந்தான். அவன் என்ன சொல்லப்போகிறான் என்ற எதிர்பார்ப்பில் நின்றிருந்தான். அப்போது, டைலர் அவனை அழைத்தார். என்னவென்று திரும்பிப்பார்த்தான். அதற்குள் பிணம் பெட்டியிலிருந்து வெளியே எடுக்கப்பட்டு தலையில் எண்ணெய் வைத்து குளிப்பாட்டி, புதுப்புடவை அணிவித்துக்கொண்டிருந்தனர். சடங்குகள் வேகவேகமாக நடந்துகொண்டிருந்தன. நெய்ப்பந்தம் சுற்ற அசோக் அழைக்கப்பட்டான். கதிரால் எதுவும் பேசமுடியவில்லை. அதன்பிறகு, வேலைகள் வேகமெடுத்தன. அசோக் குளித்து வேட்டிகட்டி, பிணம் பாடையில் ஏற்றப்பட்டு இவன் நெருப்புச் சட்டியைத் தூக்கிக்கொண்டு முன்னால் நகர பிண ஊர்வலம் தொடங்கியது.

சிலர் பாடையில் இருந்த மாலைகளை உருவி சாலையில் அடித்துக்கொண்டு வந்தனர். அவர்கள் கடந்து போன இடமெல்லாம் சாமந்திப் பூக்களால் நிறைந்திருந்தது. அவர்கள் போனதும் தெருவில் இருந்த ஒவ்வொரு வீட்டின் வாசலும் கழுவி விடப்பட்டன. வாகனங்கள் வேகமாகப் போகமுடியாமல் மெல்ல ஊர்ந்துகொண்டிருந்தன.

ஊர்வலம் தேங்காய்திட்டுச் சுடுகாட்டை நோக்கிச் சென்றுகொண்டிருந்தது.

அசோக் மெல்லத் திரும்பி கதிரைப் பார்த்தான். அவன் அழைக்கிறான் என்று புரிந்துகொண்டு கதிர், அசோக் அருகில் சென்றான். இவர்கள் செய்கையில் டைலர் எரிச்சலடைந்தார். பின்னால் இருந்து அவர் கதிரை அழைத்தார். ஏதோ திட்டினார். அதன் பிறகு கதிர், அசோக் அருகில் செல்லவில்லை.

சுடுகாட்டில் எல்லாம் தயாராக இருந்தது. அங்கே போய் பிணத்தை இறக்கிவைத்துவிட்டு மற்ற சடங்குகளைச் செய்யத் தொடங்கினர். அசோக்கிற்கு மொட்டை அடிக்கப்பட்டது. எல்லாம் முடிய ஏறக்குறைய சூரியன் உச்சிக்கு வந்திருந்தது.

பிணம் எரியத்தொடங்க, அனைவரும் தத்தமது வீடுகளை நோக்கி நடந்தனர். டைலர் அசோக்கைத் தன் வண்டியில் ஏற்றிக்கொண்டார். கதிர் வெயிலில் கடுப்பாக அசோக் வீட்டை நோக்கி நடக்கத்தொடங்கினான்.

வியர்வை வழிய கதிர் தன் வீட்டிற்குப் போய்க் குளித்துச் சாப்பிட்டுவிட்டு அசோக் வீட்டிற்குப் புறப்பட்டான். கதிரின் அம்மா "இப்பத்தான சாவு வூட்டுலருந்து வந்த, அப்பறம் ஏன் அங்கயே போற. நாளைக்குப் போயிக்கலாம்" என்றாள். ஆனால், அவன் அசோக்கிடம் அந்தச் செய்தியைச் சொல்லியே ஆக வேண்டும் என்பதால் எதுவுமே காதில் விழாதமாதிரிப் புறப்பட்டான். கதிர் வந்து சேர்ந்த போது அசோக் வீட்டு வாசல் நன்றாகக் கழுவி விடப்பட்டிருந்தது. அவன் சந்து வழியாகச் சென்று படிகள் ஏறித் தயங்கியவாறே சென்றான். ஆனால், அங்கு அவன் எதிர்பார்த்த எதுவும் நிகழ்ந்து கொண்டிருக்கவில்லை. அவன் அம்மா அக்கம்பக்கத்துப் பெண்களிடம் சகஜமாகப்

பேசிக்கொண்டிருந்தாள். அவள் தன் அம்மாவைப் பற்றிய நினைவுகளைப் பகிர்ந்துகொண்டிருந்தாள். அசோக் குளித்து உடைகளை மாற்றிக்கொண்டு கட்டிலில் படுத்திருந்தான். டைலரைக் காணவில்லை. வீட்டிற்குச் சென்றிருக்கலாம். நேராக அவனிடம் சென்ற கதிர் அவன் கால்களை நகர்த்திவிட்டு, அவன் கால்மாட்டில் உட்கார்ந்துகொண்டான். எடைகூடியதும் கட்டிலின் கயிறு மேலும் உள்ளே அமுங்கியது.

கதிரைப் பார்க்காமலேயே "என்னடா ஆச்சு?" என்றான் அசோக்.

"கல்யாணம் நின்னுபோச்சாம்."

சடாரென அசோக் எழுந்து உட்கார்ந்தான்.

"ஏன்?"

"அவருக்கே சரியா தெரியலயாம். நேத்து போலீஸ் வந்து ஸ்டேஷனுக்கு வரச் சொன்னாங்களாம். இவரு போனாராம் அங்க அந்தப் பசங்க ரெண்டு பேரும் இருந்தானுங்களாம். கூட இருந்த இன்னொருத்தன அடிச்சி வாயெல்லாம் ஒடச்சிட்டானுங்களாம். ஒரே பஞ்சாயத்தாம். எதுக்கு சண்டைனே தெரில. அப்பறமா கல்யாண மேட்டர் வெளிய வந்து குணாவக் கூப்புட்டு விசாரிச்சிருக்காங்க. அதுக்குள்ள ஆதியண்ணனுக்கு மேட்டர் போயி அவர் பேசி குணாவக் கூட்டினு வந்துட்டாராம். அந்தப் பசங்க ஊட்லருந்து வந்து பேசினு இருந்தாங்களாம். அதுக்கப்பறம் இன்னாச்சுனு தெரிலனு சொன்னாரு. எப்படியும் வெளிய வந்திருப்பானுங்கனு தான் சொன்னாரு."

விரக்தியாகச் சிரித்தான் அசோக்.

"இன்னாடா?"

"எனக்கு அன்னிக்கு அவனப் பாக்கும் போதே ஒரு டவுட் இருந்ததுடா. அவன் வூடுகொளுத்தியாத்தான் இருப்பான்னு. எதனா போட்டுவுட்டுருப்பான். இவனுங்க சாத்தியிருப்பானுங்க."

கதிர் பதிலேதும் சொல்லவில்லை. அவன் ரஃபியை நினைத்துப்பார்த்தான். தன்னைப்போலவே தான் அவனுக்கும் பிரான்ஸ் ஒரு லட்சியமாக இருந்திருக்கும். கிட்டத்தட்ட அவன் அடைந்திருக்கவேண்டிய நிலையில் அது கெடுக்கப்பட்டுவிட்டது. அசோக்கிற்கும் சார்லஸை ரெண்டு போடவேண்டும் போல் இருந்தது.

"டேய் நான் கிளம்பறேன்" என்றான் கதிர்.

"ஏன்டா?"

"தூக்கம் வருதுடா."

"சரி.. அப்பறம்.. வெள்ளிக்கிழமைலிருந்து எதுத்தாப்புல இருக்கற பங்க்ல வேலைக்குப் போறேன்."

"ஓ.. எப்போ சேர்ந்த?"

"நேத்துக் காலையில."

"அப்போ ரெண்டு ட்ரீட் இருக்கு."

"எதுக்கு ரெண்டு."

கதிர் மெதுவாக அசோக்கிற்கு மட்டும் கேட்கும்படி சொன்னான், "ஆயா செத்ததுக்கு ஒண்ணு, புது வேலைக்கு ஒண்ணு."

அசோக் முறைத்தான்.

"சரி.. காலையில வரேன்" என்று கதிர் வேறு எதுவும் பேசாமல் எழுந்து படிகளில் இறங்கிச் சென்றான். அசோக்

காலையில் தன் பாட்டி உட்கார்ந்திருந்த இடத்தையே வெறித்துக்கொண்டிருந்தான்.

அசோக்கின் அம்மா உள்ளே இருந்து, "இப்பவாச்சும் புத்தி வந்துச்சே" என்றாள்.

"புத்திலாம் ஒண்ணும் வரல. நான் பிரான்ஸ் போறது போறதுதான்."

18

கிரிஸ்டோவின் வீடு பரபரப்பாக இருந்தது. காலையிலிருந்தே செலினா ஓடியாடி வேலை செய்துகொண்டிருந்தாள். பெண் வீட்டிலிருந்து ஆட்கள் வருவதாக முதல் நாள் இரவே ஆரோக்கிய மேரியிடமிருந்து அழைப்பு வந்திருந்தது. செலினாவிற்குக் கையும் ஓடவில்லை காலும் ஓடவில்லை. தன் கணவர், கிரிஸ்டோவைப் பற்றியும் பிஜேஷைப் பற்றியும் சொல்லியதிலிருந்து அவளுக்கு எப்படியாவது இந்தக் கல்யாணத்தை முடித்து கிரிஸ்டோவை பிரான்ஸ்க்கு அனுப்பிவிடவேண்டும் என்று முடிவெடுத்திருந்தாள். இந்த விஷயம் வெளியில் தெரிந்தால் எவ்வளவு பெரிய அசிங்கம் என்று நினைக்கும் போதே அவளுக்கு நடுங்கியது. ஜோசப் காலையிலேயே வெளியே சென்றுவிட்டார். தேவையானவற்றை வாங்கிக்கொண்டு, அப்படியே ஊரிலிருந்து வரும் செலினாவின் தம்பியையும் பஸ் ஸ்டாண்டிலிருந்து அழைத்து வருவதாகச் சொல்லியிருந்தார்.

வாசலில் கார் சத்தம் கேட்க எட்டி வாசலைப் பார்த்தாள் செலினா. ஜோசப்பும் அவள் தம்பி தாஸும் வந்துகொண்டிருந்தனர். தம்பியைப் பார்த்ததும் முகம் மலர்ந்தவளாய் வேகமாக வாசலை நோக்கி ஓடினாள். அக்காவைப் பார்த்ததும் தம்பிக்கும் வாய் நிறைய சிரிப்பு ஒட்டிக்கொண்டது.

“டேய் தாஸு எப்படிடா இருக்க. இன்னாடா இப்படிக் குண்டாயிட்ட?”

“கண்ணுவெக்காத.. நீ எப்படி இருக்க?”

"இருக்கேன்.. இருக்கேன்.."

பேசிக்கொண்டே மூவரும் ஹாலில் இருந்த சோபாவில் வந்து உட்கார்ந்தனர். ஜோசப் தன் கையிலிருந்த பைகளைத் தரையில் வைத்துவிட்டு, "ஏய் கொஞ்சம் தண்ணி குடு."

"எழுந்து போயி குடிங்களேன். எல்லாத்துக்கும் ஒரு ஆளா" என்றாள் முறைத்தபடியே. அவர் எழுந்திருக்காமல் அப்படியே உட்கார்ந்திருந்தார். சில நொடிகள் பொறுத்து செலினா புலம்பியபடியே எழுந்து தண்ணீர் கொண்டுவரச் சென்றாள். அவள் சென்றதும் ஜோசப் தாஸைப் பார்த்துக் கண்ணடித்தார். இது வழக்கமான ஒன்றுதான் என்று தாஸுக்குத் தெரியும். தண்ணீரைக் கொண்டுவந்து அவர் கையில் தராமல் எதிரிலிருந்த டீப்பாயில் வைத்துவிட்டு, தாஸின் அருகில் வந்து உட்கார்ந்து பேச ஆரம்பித்தாள். அதற்கு மேல் ஜோசப் அவளைத் தொந்தரவு செய்யவில்லை.

"ஏன்டா, இதோ இருக்கற காரைக்கால்ல இருந்து வந்து உன்னால அக்காவப் பாத்துட்டுப் போவ முடியாதா."

"எங்க வரது.. ரெண்டு ஒயின் ஷாப் இருக்குதுல. அத கட்டிகின்னு நான் படறபாடு எனக்குத் தான் தெரியும். எல்லாத்தையும் கடாசிட்டு பிரான்ஸ்க்கு ஓடிடலாமுன்னு பார்த்தா இந்தக் கேஸ் வேற இழுத்துக்கினே இருக்குது."

"நீ இப்பிடியே சொல்லிகினு சுத்திகினு இரு."

"ஆமா, பொண்ணு வீட்டுல எப்போ வராங்களாம்?"

"மதியம் சாப்பாட்டுக்குத் தான் வராங்களாம். சரி மணி பத்துதான் ஆவுது நீ போயி கொஞ்ச நேரம் படு."

"சரி.. ஆமா, கிரிஸ்டோ எங்க?"

"தூங்கறான் இன்னும் எழுந்துக்கல."

பாரிஸ் 141

“அவங்க வரதுக்குள்ள அவன எழுப்பறது தான.”

“இன்னும் நேரம் இருக்குதுல்ல. நீ போயி படு. நான் சாப்பாடு ரெடி பண்றேன்” என்று ஜோசப் பக்கம் திரும்பிய செலினா, “ஏங்க எல்லாம் சரியா வாங்கிட்டீங்கல்ல. போன வாட்டியே ஒயின் இல்லன்னு அந்தப் பொம்பள மூஞ்சி சுருங்கிடுச்சி. இவனுக்குக் கல்யாணத்தப் பண்றதுக்குள்ள இன்னும் என்னலாம் அழுவனுமோ.”

“எல்லாம் வாங்கியாச்சி. நீ கத பேசாமப் போயி மடமடன்னு வேலையப்பாரு.”

செலினா உள்ளே சென்றதும், சோபாவில் சாய்ந்திருந்த ஜோசப் கண்களை மூடினார். சில நிமிடங்களில் செல்போன் ஒலித்தது. திடுக்கிட்டு எழுந்த அவர் தன் சட்டைப் பாக்கெட்டில் இருந்தப் செல்போனை எடுத்து யார் என்று பார்த்தார். அதில் ‘ஆரோக்கிய மேரி’ என்று இருந்தது. நிமிர்ந்து உட்கார்ந்து போனை ஆன் செய்து காதில் வைத்து “ஹலோ” என்றார். மறுமுனையில் பேசப் பேச அவர் முகம் சுருங்கிக்கொண்டே வந்தது. கடைசியாக “சரிங்க மேடம். நீங்க வாங்க. நான் வீட்டுலதான் இருக்கேன், வாங்க” என்று போனை வைத்துவிட்டு ஒரு பெருமூச்சுவிட்டார். திரும்பிச் சமயலறையை நோக்கி,

“செலினா.. செலினா..”

“இன்னாங்க?”

“இங்க வா, கொஞ்சம்.”

செலினா கையில் கரண்டியுடன் வந்து அவர் எதிரில் நின்றாள். அவள் உடல்மொழியில் உடனே திரும்பிப்போக வேண்டிய அவசரம் இருந்தது.

“இன்னாங்க.. யாரு போனுல?”

“ஆங்! அந்தப் பொம்பளதான்.”

“இன்னாவாம்?”

“பொண்ணு வீட்டுல இருந்து யாரும் வரலயாம். அவங்க சைட்லருந்து ஒரு பொம்பளதான் வருதாம். அது பாத்துட்டுப்போயி தான் அவங்கள கூட்டினு வருமாம். அதுவும் புரோக்கர்தான்னு நினைக்கறேன்.”

“இன்னாங்க, இது ரோதனையா போச்சு. ஏதோ கள்ளக்கடத்தல் பண்றமாதிரி பண்றாங்க.”

“நேஷனாலிட்டிப் பொண்ணுக்கு ஆசப்பட்டா மட்டும் போதாது. எல்லாத்தையும் அனுபவிக்கவும் ரெடியா இருக்கணும். நீ அதிகமாலாம் எதுவும் செய்யாத. அவங்க தான் வரலல்ல.”

“அவங்க வரலன்னா இன்னா. என் தம்பி வந்திருக்கான்ல.”

ஜோசப் பதிலேதும் பேசவில்லை. மீண்டும் கண்களை மூடிக்கொண்டார். செலினா சமையலறைக்குச் சென்றாள். வீடு அசௌகரியமான ஓர் அமைதிக்குச் சென்றது. அதைக் கிழித்தவாறு குக்கர் சத்தம் கேட்க மீண்டும் திடுக்கிட்டு விழித்தார் ஜோசப். பிறகு, சமையலறையைப் பார்த்தவாறு ஆனால், மெதுவாக செலினாவிற்கு கேட்காத படி “சனியனே” என்று திட்டிவிட்டுக் கண்களை மூடிக்கொண்டார்.

சரியாக ஒருமணிக்கு மீண்டும் ஜோசப் செல்போன் அடித்தது. அவர் யார் என்று பார்க்காமலேயே வேண்டாவெறுப்பாக அதை எடுத்தார். அவருக்கு யார் என்று தெரிந்திருந்தது.

“சொல்லுங்க மேடம்.”

“.........”

“ஓகே.. ஓகே.. வாங்க.”

போனை வைத்துவிட்டு, “செலினா” என்று குரல் கொடுத்தார்.

“சொல்லுங்க பின்னாடிதான் நிக்கறேன்.”

“அவங்க வந்துன்னு இருக்காங்களாம்.”

“வரட்டும்” என்று ஆர்வமே இல்லாமல் சொன்னாள்.

“போயி ரெடி ஆவு, போ.”

“என்னத்த ரெடி ஆவறது. எல்லாம் இது போதும்.”

“அடியே.. அதுங்க வரதே நம்ப பவுசப் பாக்கவும், நோட்டம் விடவும் தான். போ போயி ரெடி ஆகு.”

செலினா சலித்துக்கொண்டே சென்றாள். ஜோசப்பும் பின்னாடியே சென்றார். கிரிஸ்டோவை இவர்கள் மறந்தே போனார்கள்.

சரியாக ஒன்றரை மணிக்கு ஆரோக்கிய மேரியும் அவளுடன் ஒரு கவுன் போட்ட கிழவியும் வந்து இறங்கினார்கள். அவர்கள் வரும் போதே “வாங்க.. வாங்க” எனச் சிரித்துக்கொண்டே வாசலை நோக்கி ஓடினார் ஜோசப்.

ஜோசப்பின் குரல் கேட்டதும் உள்ளே இருந்த செலினாவும் அவள் தம்பி தாஸும் வாசலை நோக்கிச் சென்றனர். ஒருவர் மாற்றி ஒருவர் எதற்கு என்று தெரியாமலே சிரித்துக்கொண்டிருந்தனர். இதில், அந்த கவுன் போட்ட கிழவியின் பாடுதான் மோசமாக இருந்தது. அவள் எல்லோரையும் பார்த்துச் சிரித்துவிட்டுக் கடைசியாக கார் ஓட்டிக்கொண்டு வந்த டிரைவரையும் பார்த்துச் சிரித்துவைத்தாள். அவருக்கு என்ன செய்வது என்றே தெரியாமல் அவரும் எல்லோரையும் பார்த்து ஒருமுறை சிரித்துவைத்தார்.

இருவரையும் உள்ளே அழைத்துச் சென்றார் ஜோசப். அனைவரும் சென்று ஹாலில் உட்கார்ந்தனர். செலினா மட்டும் சமையலறைக்குச் சென்றாள். சிறிது நேரம் கழித்து ஒரு ட்ரேயில் இரண்டு கிளாஸ் நிறைய ஒயின் ஊற்றிக்கொண்டுவந்தாள். அதைப்பார்த்ததுமே ஆரோக்கிய மேரி முகம் மலர்ந்தாள். இருவரும் எடுத்துக்கொண்டனர். ஜோசப் எதிரே இருந்த டீப்பாயில் ஒரு கிண்ணத்தில் வறுத்த முந்திரிகளைக் கொண்டுவந்து வைத்தார்.

சென்றமுறை விட்ட குறைகளை இந்த முறை ஜோசப்பும் செலினாவும் சரியாகச் செய்து ஆரோக்கிய மேரியை மகிழ்வித்தனர். இந்த முறை ஹாலிலேயே குளிராக இருக்க மேரி சுற்றிப்பார்த்தாள். ஹாலில் புது ஏசி மாட்டப்பட்டிருந்தது. அப்படியே சுற்றிக்கொண்டிருந்த ஆரோக்கிய மேரியின் கண்கள் செலினாவின் தம்பியின் மீது வந்து நின்றது. அவள் தாஸைப் பார்ப்பதைப் பார்த்த செலினா, "இது என் தம்பி தாஸ்" என்று அறிமுகப்படுத்தினாள். பதிலுக்கு அவளும் தன்னுடன் வந்திருந்த கவுன் போட்ட கிழவியைக் காட்டி, "இவங்க தான் பேபி. நாங்க பேபியக்கான்னு கூப்பிடுவோம். பொண்ணு வீட்டுக்கு ரொம்ப வேண்டியவங்க." என்று அறிமுகப்படுத்தினாள்.

ஜோசப்பும் செலினாவும் ஒருசேர வணக்கம் வைத்தனர். தாஸுக்கு என்ன செய்வதென்று தெரியாமல் மீண்டும் பேபியக்காவைப் பார்த்துச் சிரித்துவைத்தான். மீண்டும் ஓர் அமைதி நிலவியது. இவர்கள் மூவரும் தயங்கியவாறே உட்கார்ந்திருக்க அவர்கள் இருவரும் ஒயினை மெல்ல உறிஞ்சியபடி வீட்டைச் சுற்றிப் பார்த்துக்கொண்டிருந்தனர். பிறகு, இருவரும் ஒயின் கிளாஸை எதிரே இருந்த டேபிளில் வைத்தனர். கிளாஸில் முக்கால்வாசி ஒயின் அப்படியே இருந்தது.

ஜோசப் செயற்கையாக ஒரு சிரிப்பை வரவழைத்துக்கொண்டு, "வாங்க சாப்பிட்டுடலாம்" என்றார்.

அனைவரும் ஒருசேர எழுந்திருக்க, செலினா அவர்களை டைனிங் டேபிளுக்கு அழைத்துச் சென்றாள். அனைவரும் உட்கார்ந்ததும் செலினா பரிமாற ஆரம்பிக்க, "நீங்களும் உட்காருங்க" என்று செலினாவைப் பார்த்துச் சொன்னாள் பேபியக்கா.

"இருக்கட்டும் நீங்கள்லாம் மொதல்ல சாப்பிடுங்க." என்று சிரித்துக்கொண்டே சொன்னாள் செலினா. அதன்பிறகு, அவர்கள் எதுவும் சொல்லவில்லை. என்ன பதார்த்தங்கள் இருக்கிறது என்று நோட்டம்விட்டனர்.

"கிரிஸ்டோ எங்க?" என்றான் தாஸ்.

"இதோ நான் போயி கூட்டின்னு வரேன். ஏங்க அவங்கள கவனிங்க" என்று ஜோசப்பிடம் சொல்லிவிட்டு மாடிப்படிகளை நோக்கிச் சென்றாள்.

மாடிப்படிகளேறி கிரிஸ்டோவின் அறைக் கதவைத் தட்டப்போனவள் அறைக்குள்ளிருந்து ஏதோ சத்தம் கேட்க, பக்கவாட்டில் லேசாகத் திறந்திருந்த ஜன்னல் வழியாக என்னவென்று பார்த்தாள். ஏதோ நிழலுருவம் அசைந்தவாறு இருக்க ஜன்னலைச் சத்தமில்லாமல் மெல்லத் திறந்தாள். உள்ளே பார்த்தவள் அப்படியே நெஞ்சைப் பிடித்தபடி மனதிற்குள் 'கர்த்தரே' என்று சொல்லிக்கொண்டு பின்னால் சாய்ந்துகொண்டாள். கத்திவிடாமல் இருக்க முயற்சி செய்துகொண்டிருந்தாள். அப்போதே கதவை உடைத்துக்கொண்டு உள்ளே போகவேண்டும் போல் இருந்தது. ஆனால், தன்னைக் கட்டுப்படுத்திக்கொண்டாள். கீழே இருப்பவர்களுக்கு எக்காரணம் கொண்டும் விஷயம் தெரிந்துவிடக் கூடாது. தெரிந்தால் அவ்வளவுதான். குடும்ப மானம், சேர்த்துவைத்த கௌரவம் எல்லாம்

கடலோடு போனமாதிரிதான். அவர்கள் போகட்டும் என்று தனக்குள்ளேயே சொல்லிக்கொண்டாள். மீண்டும் மெல்ல நகர்ந்து ஜன்னல் வழியாகப் பார்த்தாள். உள்ளே கிரிஸ்டோவும், பிஜேஷும் வெறும் உள்ளாடைகளோடு கட்டிலில் படுத்துக்கொண்டு கண்களை மூடிக்கொண்டுத் தங்களை மறந்து உதடுகளில் முத்தமிட்டுக்கொண்டிருந்தனர். செலினா முகத்தைத் திருப்பிக்கொண்டு படிகளில் இறங்கினாள். எப்படியாவது அவர்களைச் சீக்கிரம் அனுப்பிவிட வேண்டும் என்பது மட்டும் அவள் மனதில் ஓடியது. தயங்கி மெல்ல படிகளில் இறங்கி வந்தாள். அவள் பேயறைந்தது போல் வருவதை ஜோசப் கவனித்துவிட்டார். மேலே ஏதோ நடந்திருக்கிறது என்று புரிந்துக்கொண்டார். செலினா கஷ்டப்பட்டு ஒரு சிரிப்பை வரவழைத்துத்துக்கொண்டு அவர்களிடம்,

“அவன் வெளியே போயிருக்கான் போல இருக்கு. நான் கவனிக்கவேயில்ல. செல்போனெல்லாம் வெச்சிட்டுத்தான் போயிருக்கான். பக்கத்துலதான் எங்கயாவது போயிருக்கணும்” என்று சமாளித்தாள்.

அதைப்பற்றியெல்லாம் அவர்கள் கவலைப்பட்டதுபோல் தெரியவில்லை. அவர்கள் கவனம் முழுக்க சாப்பாட்டிலேயே இருந்தது.

செலினா சமையலறைக்குள் சென்றுவிட்டாள். அவள் இருதயம் வேகமாக அடித்துக்கொண்டிருந்தது. கைகள் தானாகவே நடுக்கம் கொண்டிருந்தது. கால்கள் தரையிலிருந்து நழுவுவது போல் தோன்றியது. எங்கே தான் மயங்கி விழுந்துவிடுவோமோ என்று அஞ்சி அருகிலிருந்த எதையோ பிடித்துக்கொண்டாள். வெளியிலிருந்து வரும் எந்தச் சத்தமும் அவளுக்குக் கேட்கவில்லை. அவள் விரும்பாவிட்டாலும் மேலே அவள் பார்த்த காட்சியே திரும்பத் திரும்ப அவள் கண் முன்னால் வந்து வந்து

போனது. அவளது உடலிலிருந்து அதிகப்படியான வியர்வை வழிந்துகொண்டிருந்தது. அவள் கை, அவளையும் மீறி எதையோ பற்றிக்கொண்டது.

ஜோசப்பால் அதற்கு மேல் சாப்பிட முடியவில்லை. என்னவென்று தெரிந்துக்கொள்ளத் துடித்துக் கொண்டிருந்தார். அவர் சாப்பிடாமல் அமைதியாக இருப்பதைக் கண்ட ஆரோக்கிய மேரி,

"என்னங்க சாப்பிடலயா?"

"இல்ல.. வயிறு கொஞ்சம் சரியில்ல. நீங்க சாப்பிடுங்க" என்று சொல்லிவிட்டுக் கை கழுவிவிட்டுச் சமையலறைக்குள் சென்றார்.

செலினா அங்கே கைகளில் கத்தியை வைத்துக்கொண்டு அழுதுகொண்டிருந்தாள். செலினாவைப் பார்த்ததும் ஜோசப் அதிர்ந்தார்.

"ஏய் செலினா.. இன்னாச்சி" என்று வெளியே கேட்காதபடி அடிக்குரலில் பேசினார்.

செலினா அழுதுகொண்டே தான் பார்த்தவற்றைக் கூறினாள். அவள் கையிலிருந்த கத்தியை வேகமாகப் பிடுங்கிய ஜோசப் வெளியேற முயன்றார். சட்டென அவரைத் தடுத்த செலினா,

"வேணாம் இருங்க.. அவங்க போகட்டும்."

"அவங்க போறவரைக்கும் குடும்பமா மாமா வேலை பாக்கச் சொல்றியா."

"இருங்க.. அவசரப்படாதீங்க. இதெல்லாம் வெளிய தெரிஞ்சா ஊரே காறித்துப்பும். மொதல்ல அவங்க போவட்டும்."

ஜோசப் செய்வதறியாது தவித்தார். செலினாவை முறைத்துப் பார்த்துவிட்டுச் சமையலறையிலிருந்து வெளியேறினார். அதற்குள் அவர்கள் மூவரும் சாப்பிட்டு முடித்திருந்தனர். வெளியே வந்த ஜோசப்பைப் பார்த்து ஆரோக்கிய மேரி சிரித்துக்கொண்டே,

"எதனா முக்கியமான ரகசியமா?" என்றாள்.

"அதெல்லாம் ஒண்ணுமில்ல."

மூவரும் கை கழுவிவிட்டு ஹாலுக்கு வந்தனர். அசதியாக சோபாவில் உட்கார்ந்தனர். செலினாவும் ஜோசப்பும் மாடியையே பார்த்துக்கொண்டிருந்தனர். தாஸ் இவர்களையே கவனித்துக்கொண்டிருந்தான்.

"சரிங்க.. அப்ப நாங்க கிளம்பறோம்" என்றாள் ஆரோக்கிய மேரி.

அப்போது தான் செலினாவும் ஜோசப்பும் சுயநினைவிற்கே வந்தனர். பேபியக்கா அப்போது தான் முதன்முதலாக வாயைத்திறந்தாள்.

"நாங்க பொண்ணு வீட்டுல பேசிட்டு போன் பண்றோம். சீக்கரமாப் பேசி முடிச்சிடலாம்" என்றாள். பேபியக்காவிற்குத் திருப்தி ஏற்பட்டது போல் ஜோசப்பிற்குத் தோன்றியது. சரி என்பது போல் தலையாட்டினார். மறுபடியும் ஆரோக்கிய மேரி,

"சரிங்க.. அப்ப நாங்க கிளம்பறோம்" என்றாள்.

புரிந்துகொண்ட ஜோசப் உள் அறைக்குச் சென்று இரண்டு கவர்களுடன் வந்தார். ஆளுக்கு ஒரு கவரைக்கொடுத்தார். இருவரும் சிரித்த முகத்துடன் வாங்கிக்கொண்டு சோபாவிலிருந்து எழுந்தனர். அனைவரும் வாசலை நோக்கிச் சென்றனர். பின்னால் கடைசியாக வந்த

செலினாவிடம் தாஸ் கிசுகிசுப்பாக என்னவென்று கேட்டான். அவள் அவனை அமைதியாக இருக்கும்படி சைகை செய்தாள். அவர்கள் காரில் ஏறிப் போகும் வரை இருவரும் ஒன்றும் நடக்காதது போல் இருந்தனர். கார் தெருமுனையைக் கடந்ததும் ஜோஸப் வேகமாக மாடிப்படியை நோக்கி ஓடினார். தாஸ் அவர் ஓடுவதையே அதிர்ச்சியாகப் பார்த்துக்கொண்டிருந்தான். பின்னாலிருந்து செலினா கத்தினாள்,

"டேய் தாஸு, அவரப் புடிடா."

அதன்பிறகே ஏதோ விபரீதம் என்று உணர்ந்த தாஸ் அவர் பின்னால் ஓடினான். அதற்குள் அவர் கிரிஸ்டோவின் அறைக் கதவை தன் தோள்களால் முட்டிக்கொண்டிருந்தார். முதல் இடியிலேயே அது திறந்துகொண்டது. அவர் உள்ளே நுழைந்தபோது கிரிஸ்டோ உள்ளாடையுடன் நின்று தண்ணீர் குடித்துக்கொண்டிருந்தான். பிஜேஷ் உள்ளாடையை அணிந்துகொண்டிருந்தான். இவரைப் பார்த்ததும் வேகமாக அணிந்துகொண்டு தன் பேண்ட் சட்டையைக் கையில் எடுத்தான். பின்னால் செலினாவும் தாஸும் வந்து நின்றனர். அறைக்குள் இப்படி ஒரு காட்சியை தாஸ் எதிர்பார்க்கவில்லை. சில நொடிகள் ஒருவர் மாற்றி ஒருவர் பார்த்துக்கொண்டனர். ஜோசப் பாய்ந்து பிஜேஷின் தலைமுடியைக் கொத்தாகப் பிடித்து இழுத்தார். கிரிஸ்டோ அவரைத் தடுக்க ஓடிவர, அதற்குள் செலினாவும் தாஸும் அவனைத் தடுத்துக் கட்டிலில் சாய்த்து படுக்கவைத்தனர். அவன் பிஜேஷை விட்டுவிடும்படிக் கத்தினான். தாஸிடமிருந்து திமிரி, எழுந்துகொள்ள முயன்றான். ஆனால், தாஸ் கிட்டதட்ட அவன் மேல் படுத்தவாறு அழுத்திக்கொண்டிருந்தான். ஆனால், ஜோசப் எதையுமே காதில் வாங்காமல் அவன் முடியைப் பிடித்துத் தரதரவென இழுத்துக்கொண்டு கீழே சென்றார். ஹாலில் வைத்துக்

கையில் கிடைத்ததையெல்லாம் எடுத்து அடித்தார். அதில் ஏதோ ஒன்று அவன் தலையில் பட்டு ரத்தம் வழிந்தது.

கீழே ஏதோ சத்தம் கேட்க என்னவென்று பார்க்க தாஸை அனுப்பினாள் செலினா. தாஸ் விட்டதும் எழுந்து ஓட ஆரம்பித்தான் கிரிஸ்டோ. செலினா கதவைச் சாத்தித் தாழிட்டு அவனை மறித்துக்கொண்டு நின்றாள். தாஸ் ஓடிவந்து பார்க்கும் போது பிஜேஷைச் செருப்பால் அடித்து விரட்டிக்கொண்டிருந்தார் ஜோசப். அந்த வழியாகச் சென்ற வாகனங்கள் நின்று இதை வேடிக்கைபார்த்தன. சில வீட்டு ஜன்னல்களில் கண்களும், சில ஜன்னல்களின் வழியாகக் கேமராவும் பார்த்துக்கொண்டிருந்தன. தலையில் ரத்தம் வழிய உள்ளாடையுடன் பிஜேஷ் அழுதுகொண்டே ஓடினான். கொஞ்ச தூரம் சென்று ஒரு கார் மறைவில் நின்று தன் ஆடைகளை உடுத்திக்கொண்டான். அவனுக்கு அழுகையாக வந்தது. ஆனால், அழக்கூடாது என்று நினைத்தான். ரத்தம் கண்களில் வழிந்து காட்சிகளைச் சிவப்பாக்கியது.

ஜோசப் திரும்பப் படிகளில் ஏறி கிரிஸ்டோவின் அறைக்கு வந்தார். அவருக்குப் பாதிவெறி தான் அடங்கியிருந்தது. உள்ளே நுழைந்து அமைதியாக நின்றுகொண்டார். தாஸ் ஒருவாறு என்ன நடந்தது என்று புரிந்துகொண்டான். அவன் செலினாவையும் ஜோசப்பையும் சமாதானப்படுத்திக் கீழே அனுப்பிவைத்தான். கிரிஸ்டோவிடம் என்ன பேசுவது என்று அவனுக்குத் தெரியவில்லை. அவன் அருகிலிருந்த ஒரு நாற்காலியில் உட்கார்ந்துகொண்டான். கிரிஸ்டோ இன்னும் ஆடை அணியாமல் உள்ளாடையுடனேயே தரையைப் பார்த்துக்கொண்டிருந்தான். மீண்டும் என்ன வேண்டுமானாலும் நடக்கலாம் என்ற ஒரு பதற்றம் அந்த வீடு முழுக்கவே இருந்தது. தெருவிலும் இன்னும் ஏதாவது நடக்கும் என்று சிலர் காத்திருந்தனர்.

பிஜேஷ் அழுதுகொண்டே நடந்துகொண்டிருந்தான். ரத்தம் உறியும் அட்டைபோல் அவமானம் அவன் மீது நிரந்தரமாக ஒட்டிக்கொண்டதாக உணர்ந்தான். இனி இது தன் வாழ்நாள் முழுவதும் மெல்ல மெல்ல உறிஞ்சப்போவதை நினைத்ததும் அவன் கண்கள் இருட்டிக்கொண்டு வந்தது. எங்கே போவது என்று தெரியாமல் தவித்தான். கிரிஸ்டோவை அவர்கள் என்ன செய்வார்கள் என்று நினைத்தால் அச்சமாக இருந்தது. மீண்டும் கிரிஸ்டோ வீட்டிற்குப் போகலாம் என்று முடிவு செய்தான். ஆனால், அவன் மனம் எடுத்த முடிவைக் கால்கள் ஏற்றுக்கொள்ள மறுத்தன. கால்களின் முடிவை ஏற்று மனம் அதன் போக்கில் போய்க்கொண்டிருந்தது. எங்கே போகிறோம் என்று தெரியாமலேயே சென்றுகொண்டிருந்தான்.

19

கதிரும், அசோக்கும் காந்தி வீதி, லபோர்த்து வீதி முனையில் இருந்த ஒயின்ஷாப் வாசலில் நின்றிருந்தார்கள். மதிய நேரம் சாலையில் கூட்டமில்லாமல் இருந்தது. பார் வாசலிலும் வண்டிகள் குறைவாக இருந்தன. காந்தி வீதியில் ஒயின்ஷாப்பும் பக்கத்தில் உள்ள லபோர்த்து தெரு வழியாகப் போனால் மாடியில் பாரும் இருந்தது. கதிர் யாருக்காகவோ காத்திருப்பது போல் பட்டது அசோக்கிற்கு. பாட்டி இறந்து இரண்டு நாட்களாக எங்கேயும் போகாமல் வீட்டிலேயே இருந்தான். பெட்ரோல் பங்க் நாளை திறக்கப் போகிறார்கள். வேலைக்குப் போகலாமா வேண்டாமா என்று குழப்பமாக இருந்தது. அவர்கள் வேறு, ஆள்விட்டுக் கேட்டும் விட்டார்கள், இப்போதைக்கு வருவதாகச் சொல்லியிருந்தான்.

“டேய் ஏன்டா இங்கயே நின்னுட்டுருக்க?” என்று கதிரிடம் எரிச்சலைடைந்தான் அசோக்.

“இருடா, டைலர் வரேன்னு சொன்னாரு.”

“இன்னாது டைலரா? அவர ஏன்டா கூப்ட.. நேரா வீட்ல போய் வத்திவைக்கவா?”

“நா அவர கூப்டலடா அவருதான் உன்னக் கூட்டிட்டு வரச் சொன்னாரு.”

டைலர்தான் கூட்டிட்டு வரச் சொன்னதாகக் கதிர் சொன்னதும் அசோக் குழம்பினான். ‘வழக்கமாக அட்வைஸ் பண்ணாலே தாங்காது, இதுல போதையில வேறயா’ என்று நினைத்துக் கொண்டான்.

டைலரும் வந்து சேர்ந்தார். வண்டியை நிழலாகப் பார்த்து நிறுத்திவிட்டு வந்தார். மூவரும் படிகளில் ஏறிச் சென்றனர். பாரில் கூட்டமில்லை. இரண்டு டேபிளில் மட்டும் நான்கு பேர் குடித்துக் கொண்டிருந்தார்கள். கதிர் சாலையைப் பார்த்தவாறு ஒரு டேபிளில் போய் உட்கார்ந்தான். இருவரும் அவனைத் தொடர்ந்து உட்கார்ந்தார்கள். அசோக் டைலரை ஏறெடுத்தும் பார்க்கவில்லை. அவர்கள் உட்கார்ந்ததைக் கவனித்த சப்ளையர் அவர்கள் தலை மேல் இருந்த ஃபேனை மட்டும் போட்டு விட்டு அவர்களிடம் வந்தான்.

"இன்னாணா?"

"மூணு பீர்.." என்றான் கதிர்.

"எனக்கு பீர் வேணாம்" என்றான் அசோக்.

"டேய் நான் இருக்கேன்னுலாம் பாக்க வேணாம், அடிடா" என்றார் டைலர்.

"அதெல்லாம் ஒண்ணும் இல்ல, பீர் வேணாம், ஒயின் சொல்லுங்க."

"ஒயினா.. அதக் குடிச்சு இன்னா பண்ண போற.. சப்புன்னு இருக்கும்டா" என்றார் டைலர். ஆனால், கதிர் எதுவும் பேசவில்லை. அவனுக்குத் தெரியும் அசோக்கிற்கு ப்ரான்ஸ் வெறியேறியதிலிருந்து வைன்தான் குடிக்கிறான் என்று. டைலர் ஒண்ணும் புரியாமல் இருவரையும் பார்த்துக் கொண்டிருந்தார். கதிர் லேசாகச் சிரித்துக்கொண்டான். அடுத்து சைட் டிஷ்க்கு நடக்கப் போகும் கூத்தை நினைத்தால் அவனுக்கு இன்னும் சிரிப்பு வந்தது.

"சைட் டிஷ் ண்ணா?"

"இன்னா இருக்கு?" என்றார் டைலர்.

அவன் ஒரு நீண்ட பட்டியலிட்டான். அதிலிருந்து டைலர் நத்தை ப்ரையும், கதிர் பீஃப் ப்ரையும் சொன்னார்கள். அசோக் தனக்கு எதுவும் வேண்டாம் என்று சொன்னான்.

“வெறும் வைன எப்படிடா குடிப்ப இது என்னா பாரின் வைனா டேய் இதெல்லாம் வைனே இல்லடா” என்று கடுப்பானார் டைலர். அசோக் பதிலேதும் பேசவில்லை.

சப்ளையர் இரண்டு பீரும், ஒரு புல் வைனும் கொண்டு வந்து வைத்தான். மூன்று கிளாஸூம் வைத்தான். கதிர் தனக்கு கிளாஸ் வேண்டாம் என்று சொல்லிவிட்டான். அவனுக்கு பாட்டிலோடு குடித்தால் தான் புடிக்கும். மூவரும் சைட்டிஷ்ஷுக்காகக் காத்திருந்தனர். வர நேரமாகும் போல இருக்கவே டைலரும், அசோக்கும் தங்கள் பாட்டிலைத் திறந்து கண்ணாடி க்ளாஸில் ஊற்றினர். கதிர் பாட்டிலைத் திறந்து தயாராக வைத்துக் கொண்டான். மூன்று கண்ணாடிப் பொருளும் ‘டிங்’ என்று இடிக்கும் சத்தம் மட்டுமே கேட்டது. டைலர் ஒரு வாய் குடித்துவிட்டுப் பாட்டிலைக் கீழே வைத்தார். கதிர் வைக்கும்போது பாதி பாட்டில் காலியாக இருந்தது. அசோக் ஒரே சிப்பில் அடித்து விட்டு கிளாஸைக் கீழே வைத்தான். தன் பேண்ட் பாக்கெட்டில் அவன் வாங்கிக்கொண்டு வந்திருந்த சிறிய சீஸ் க்யுபை எடுத்து வைத்தான். டைலர் அவனை ஒரு மாதிரியாகப் பார்த்தார். கதிர் இப்போது சத்தமாகச் சிரித்தான்.

“இன்னாடா, எதுக்குச் சிரிக்கிற?”

“டைலர் அவன் பிரெஞ்சுக்காரனா மாறி பல காலம் ஆச்சு..”

“ஆவுற கதையப் பாருடான்னா.. நீயும் இப்படியே சுத்திட்டு இரு.”

அசோக்கிற்குச் சுர்ரென்று ஏறியது.

“ஏன், நானெல்லாம் பிரான்ஸ்க்குப் போவக் கூடாதா ஏன் அவங்களுக்கு மட்டுந்தா எழுதி வச்சிகிதா?”

“பிரான்ஸ் பிரான்ஸ்னு ஏன்டா குதிக்குற, ஏன் இங்க இருக்கறவன்லாம் மனுசன் இல்லயா?”

பேச்சின் இடையில் சப்ளையர் சைடு டிஷ்களை வைத்துவிட்டு, சீஸ் கட்டிகளைப் பார்த்தான். வெளியில் இருந்து எதுவும் கொண்டுவரக் கூடாது என்று சொல்ல நினைத்தவன், அசோக் ஆவேசமாகப் பேசிக்கொண்டிருப்பதைக் கண்டு அப்படியே பின் வாங்கினான்.

“டைலர் உங்களுக்கு என்னா தெரியும் பிரெஞ்சுக்காரன் எவ்ளோ நல்லது பண்ணி நமக்கு நேஷனால்டி குடுத்துட்டுப் போனான். நம்மாளுங்க நிறையா பேரு அறிவு இல்லாம அத வாங்காம உட்டுட்டாங்க. வாங்கனவங்க எல்லா பிரான்ஸ்க்கு போய்ட்டு வந்து எப்படிச் சொல்தா மாதிரி வாழறானுங்க பாருங்க.”

“டேய்.. அங்க என்னா உனக்கு கலெக்டர் வேல வெச்சிருக்கான்னு நினைச்சுகினு இருக்கியா. அங்க போயி தெருப்பெருக்கி, கக்கூஸ் கழுவற வேலையத்தான் பாக்கணும். அதுவும் நம்ப நெறத்தப் பாத்தாலே ஏதோ புழுவப் பாக்கற மாதிரிப் பாப்பாங்க.”

“இருக்கக்கட்டும். அந்த ஊருக் காசும் இந்த ஊருக் காசும் ஒண்ணா? ஏன் நம்ப ஊர்ல ஜாதிபாக்கல. இதோ கதிர் வூட்டுக்குப் போனா அவுங்க ஆயா என்ன எப்புடிப் பாக்குது.”

“டேய்.. உன் பிரச்னைல எங்காயாவ ஏன்டா இழுக்கற” என்றான் கதிர்.

டைலர் தொடர்ந்தார், “உனக்கு ஒண்ணும் தெரியாம நீ குதிச்சின்னு இருக்கற. அது ஏன்டா இந்த ஊர்ல

மட்டும் எல்லாரும் பிரான்ஸ் பிரான்ஸ்னு குதிக்கறீங்க. வெள்ளக்காரன் எவ்ளோ கொடும பண்ணானோ அதே தானடா பிரெஞ்சுக்காரனும் பண்ணான். ஆனா பிரெஞ்சுக்காரன் மட்டும் ஏதோ தேவதூதன் மாதிரி பேசறீங்க. இதோ பாருடா, அவன் இங்க கட்டனது, செஞ்சது எல்லாம் அவனுக்காகத் தான். இதோ இந்த முதலியார்பேட்ட இருக்குதே, இது எப்படி உருவாச்சு தெரியுமா? சுத்தி மூணு ஆலையக் கட்டிட்டு வேலை செய்ய ஆள் இல்லாம சுத்தி இருக்கற ஊர்ல இருந்து ஆளக்கூட்டியாந்து குடிவெச்சான். 1936ல ஒருவாட்டி ஸ்ட்ரைக் நடந்தது. அதுல ஒருத்தனச் சுட்டுட்டானுங்க. எதுத்துக் கேட்டதுக்கு ஆலைக்குள்ளயே பீரங்கியக்கொண்டாந்து மிரட்டனானுங்க. அவனுங்களப் போயி.. டேய்.. இது தான்டா நம்ப ஊரு.”

“இருக்கட்டும். நம்ப ஊராவே இருக்கட்டும். எனக்கு அங்க பிரான்ஸுக்குப் போவணும்னு ஆசை. அதுல இன்னா தப்பு.”

“தப்பு ஒண்ணும் இல்லடா. அதுக்கு நீ இன்னா செய்யற சொல்லு” என்று அசோக்கைப் பார்த்துக் கேட்டுவிட்டு டைலர் ஓரக்கண்ணால் கதிரைக் கவனித்தார். அவன் தன் பியரை முடித்துவிட்டு அடுத்த பியரை செய்கை மூலமாக ஆர்டர் செய்தான்.

“டேய்.. இங்க ஜாலிக்குக் குடிக்க வந்தியா இன்னா?”

“இன்னா டைலர்?”

“பின்ன இன்னா.. பேசலாம்னு வந்தா நீ பாட்டுக்கு குடிச்சிக்கினே இருக்க.”

“கூலிங் போயிட்டா குடிக்க முடியாது டைலர்.”

அவன் சொன்னதும் தன்னுடைய பாட்டிலைத் தொட்டுப்பார்த்தார். அதில் கூலிங் குறைவாக இருக்க, எடுத்து ஒரே மடக்கில் குடித்துவிட்டு பாட்டிலைக் கீழே

வைத்தார். கதிர் சப்ளையரிடம் இரண்டு பியராகக் கொண்டுவரும் படி சைகை செய்தான்.

டைலர் அசோக்கிடம் திரும்பி, “சொல்லுடா.. இன்னா கம்முன்னு இருக்க?”

“பிரெஞ்சு கிளாஸ் போறன் டைலர்.”

“அப்பறம்?”

அசோக் அமைதியாக இருந்தான்.

“நான் சொல்லட்டா நீ இன்னாலாம் பண்றன்னு. எதுனா நேஷ்னாலிட்டி பொண்ண உசார் பண்ணலாமான்னு அலையன்ஸ் பிரான்ஸிஸ் பக்கமா சுத்தி வர. பீச்சுக்குக் கடைசில சாராய ஆலைக்கிட்ட குண்டு வெளாடறத வேடிக்கபாக்கற. மட்டமான கன்றாவியான ஒயினக் குடிக்கற. தப்புத்தப்பா பிரெஞ்சு பேசற. இதவுட்டா இன்னா பண்ற நீ சொல்லு. எவனாவுது திருட்டுக் கல்யாணம் பண்ணா காசுக்குச் சாட்சி கையெழுத்துப் போடற. ம்.. இதெல்லாம் ஒரு பொழப்பா.”

அசோக் கோபமாக முகத்தை வேறுபக்கம் திருப்பிக் கொண்டான். அவனால் டைலரை எதிர்த்துப் பேசமுடியவில்லை. அசோக் முகம் ஒரு பக்கம் கோணிக் கொண்டிருந்தது. ஓரக் கண்ணால் கதிரை முறைத்துக் கொண்டிருந்தான். டைலர் அவனையே பார்த்துக்கொண்டிருந்தார். கொஞ்சம் பேச்சை மாற்றலாம் என்று முடிவு செய்து அசோக்கிடம் பேச்சுக் கொடுத்தார்.

“ஆமா.. நானும் ரொம்ப நாளாக் கேக்கணும்னு இருந்தேன். மேட்டுப்பாளையத்துல ஒரு பொண்ண லவ் பண்ணின்னு இருந்தியே. அது இன்னாச்சு? பிரான்ஸுக்குப் போவப்போறன்னா அதயேன் லவ் பண்ண.”

டைலர் இதைக் கேட்டதும் கதிர் விழுந்து விழுந்து சிரிக்க ஆரம்பித்தான். அசோக் அவனை முறைத்துக் கொண்டிருந்தான். என்ன சொன்னாலும் கதிர் இப்போது அதைச் சொல்லிவிடுவான் என்று அவனுக்குத் தெரிந்திருந்தது. முகத்தைச் சாலைப்பக்கம் திருப்பிக் கொண்டான்.

"இன்னா மேட்டர்டா" என்று டைலர் கதிரிடம் திரும்பினார்.

சற்றுத் தயங்கிய கதிர் சிரிப்பை அடக்கிக்கொண்டு சொல்ல ஆரம்பித்தான்.

"அந்தக் கதைய ஏன் கேக்கறீங்க டைலர். இவன் அந்தப் பொண்ணக் கூட்டிக்கினு பீச்சுக்குப் போயிருக்கான். இருட்டற வரைக்கும் பேசிக்கினு இருந்திருக்காங்க. இருட்டினதும் அதுவும் இவனும் எழுந்து கல்லுங்க இருக்கற எடத்துல மறவா போயி உக்காந்திருக்காங்க. தலைவரு, மெதுவா கிஸ் அடிச்சிருக்காரு. அதுவும் கம்முனு இருந்திருக்குது. அப்படியே கொஞ்சங் கொஞ்சமா உதட்டுக்குப் போயிருக்காரு. அதுவும் ஒண்ணும் சொல்லல. கண்ண மூடிக்கீனு எஞ்ஜாய் பன்னிக்கீது. தலைவர், உடனே பிரெஞ்சுகாரனா மாறி அது வாயிக்குள்ள நாக்கவுட்டு ஆட்டியிருக்கான். அது பயந்துப்போயி எழுந்து ஓடப்பாத்து இருட்டுல கால்தடிக்கிக் கீழ விழுந்து தலையில அடி. ரத்தம் வழிய ஓடியிருக்குது. அப்போ போனது தான். அதுக்கப்பறம் வரவேயில்ல."

கதிர் சொல்லி முடித்ததும் டைலரும் அவனுடன் சேர்ந்து சிரிக்கத் தொடங்கினார். அசோக் கடுப்பில் தன் ஒயின் பாட்டிலை எடுத்து ஒரே மூச்சில் குடித்துக் கீழே வைத்தான். கதிர் டைலரிடம், "டைலர்.. கூலிங் போவுது பாருங்க. அடிங்க" என்றான்.

டைலர் பியரை எடுத்துப் பாதிவரை குடித்துவிட்டுக் கீழே வைத்தார். மூவருமே சற்று போதையில் இருந்தனர். டைலர் அசோக்கை விடுவதாக இல்லை. ஒருவழியாகப் பேச வேண்டிய விஷயத்துக்கு வந்தார்.

"உங்கம்மாவக் காப்பாத்தற எண்ணம் இருக்கா இல்லயா உனக்கு. உங்காயாவும் போயிடுச்சி.. இனிமே நீதான் இருக்க."

"அதான் நான் இருக்கறனே.. செத்தா போயிட்டன்" என்றான் கோவமாக.

"அடிச்சி வாயவொடச்சிடுவேன் நாயே" என்று ஆத்திரமாக எழுந்தார் டைலர். கதிர் அவர் கையைப் பிடித்து அமரவைத்தான். மூவரும் அமைதியாக இருந்தனர்.

"இப்ப என்னதான் பண்ணலாம்னு இருக்க" என்றார் டைலர்.

"எனக்கு பிரான்ஸ் போவணும். பாரிஸ்ல இருக்கற ஈஃபில் டவர் மேல நின்னு உலகத்தப்பாக்கணும். ஒரு பிரெஞ்சுக்காரனா வாழணும்."

"யாரயோ பார்த்து எதையோ மண்டைக்குள்ள ஏத்திக்கிட்ட. சரி. அது ஆவும்போது ஆவட்டும். இப்போ ஒழுங்கா எங்கயாவது வேலைக்குப் போவலாம்ல."

அசோக் கோபமாகப் பதிலளித்தான், "டைலர் நான் பெட்ரோல் பங்க்ல வேலைக்குப் போவப்போறன்னு சொன்னேன்ல. ஏன் மறுபடியும் அதையே பேசிக்கினு இருக்கீங்க."

"நீ போனா சந்தோசம் தாம்பா. ஆனா, ஒழுங்கா எங்கயும் போவமாட்றியே. அதான் கவலையா இருக்குது."

"அதெல்லாம் இல்ல. நான் போறேன்."

டைலர் அமைதியாகச் சாலையையே வேடிக்கை பார்த்துக்கொண்டிருந்தார். போக்குவரத்து அதிகரித்துக் கொண்டிருந்தது. எங்கேயோ பார்த்துவிட்டுத் திரும்பும்போது அசோக் அவரையே பார்த்துக்கொண்டிருந்தான். அவர் அவனிடம்,

“இன்னாடா?”

“ஒண்ணு கேட்டா கோச்சிக்க மாட்டிங்களே டைலர்.”

“இன்னா, கேளு.”

அசோக் என்ன கேட்கப் போகிறான் என்று கதிர் ஆர்வமாகப் பார்த்துக்கொண்டிருந்தான். டைலர் தட்டிலிருந்த ஒரு நத்தைத் துண்டை எடுத்து வாயில் வைத்து மெல்ல ஆரம்பித்தார்.

“டைலர், நீங்களும் எங்கம்மாவும் சின்ன வயசுல லவ் பண்ணீங்களாமே.. நெஜமாவா?”

டைலர் அவனையே உற்றுப்பார்த்தார். கதிர் இருவரையும் அதிர்ச்சியாகப் பார்த்துக்கொண்டிருந்தான். டைலர் மீதி இருந்த அரை பாட்டில் பீரை எடுத்து வாயில் கவிழ்த்தார்.

20

கிரிஸ்டோ ஒருநாள் முழுக்க எதுவுமே சாப்பிடாமல் இருந்தான். அவன் ஏதாவது செய்துகொள்வானோ என்று தாஸ் மிகவும் பயந்திருந்தான். கிரிஸ்டோ அமைதியாகவே இருந்தான். அவன் என்ன நினைக்கிறான் என்று தாஸால் யூகிக்கவே முடியவில்லை. ஒரு கட்டத்திற்கு மேல் அவனுக்குச் சலிப்பாக இருந்தது. எழுந்து கீழே சென்றான். ஜோசப்பும், செலினாவும் ஆளுக்கு ஒரு மூலையில் உட்கார்ந்து அழுதுகொண்டிருந்தனர். ஜோசப்பும் அழுவதைப் பார்த்தபோது தாஸுக்கு ஒரு மாதிரியாக இருந்தது. எப்படி அவர்களைச் சமாதானப்படுத்துவது எனப் புரியாமல் தவித்தான்.

ஜோசப்பின் செல்போன் ஒலித்தது. ஆரோக்கியமேரி பேசினாள். எடுத்து உற்சாகமாகப் பேசுவதுபோல் நடித்தார். செலினாவும் தாஸும் அவர் பேசுவதையே பார்த்துக்கொண்டிருந்தனர். பேசும் வரை இருந்த உற்சாகம், பேசி முடித்ததும் காணாமல் போனது. செல்போனில் எதையோ தேடிக்கொண்டிருந்தார். பிறகு தாஸைக் கூப்பிட்டு, “தாஸு இது தான் பொண்ணு போட்டோ. அவன் கிட்ட காட்டு. எதனா பேசனானா அவன் வாயிலயே மிதி. ஒண்ணு இவளக் கல்யாணம் பண்ணிக்கச் சொல்லு இல்லன, அந்த ரூமுலயே தூக்குப்போட்டுத் தொங்கச் சொல்லு” என்று படபடப்பாக பேசிவிட்டுப் போனை எதிரில் இருந்த சோபாவில் எறிந்தார். தாஸுக்கு முன்பாக செலினா எழுந்துவந்துப் போனை எடுத்துப்பார்த்தாள்.

“பொண்ணு பேரு சொன்னாங்களா?”

“ஜென்னியாம்.”

“அவள் மீண்டும் ஜென்னி போட்டோவைப் பார்த்துவிட்டு போனை தாஸிடம் கொடுத்தாள். அவள் முகத்தில் தெரிந்த அதிருப்தியை இருவரும் கண்டுகொண்டனர். தாஸ் போனை வாங்கிக்கொண்டு மாடிப்படியேறினான்.

“தாஸு..” தாஸ் நின்ற இடத்திலிருந்தே திரும்பிப்பார்த்தான். “அவன் போட்டோ ஒண்ணு வாங்கி அந்த நம்பருக்கு அனுப்பிவுடு. அன்னிக்கு வாங்கினு போனது காணோமாம்.”

தாஸ் போனை எடுத்துக்கொண்டு கிரிஸ்டோவிடம் சென்றான். கிரிஸ்டோ இன்னும் அப்படியே உட்கார்ந்திருந்தான். தாஸ் தயங்கியவாறே போனை அவனிடம் நீட்டினான். கிரிஸ்டோ போனை வாங்கவில்லை. ‘என்ன’ என்பது போல் தாஸைப் பார்த்தான்.

“பொண்ணு போட்டோ” என்றான் தாஸ்.

மீண்டும் கிரிஸ்டோ அந்த போட்டோவைப் பார்த்துவிட்டு முகத்தைத் திருப்பிக்கொண்டான். தாஸ் போனைக் கட்டிலில் எறிந்துவிட்டு கதவருகே இருந்த நாற்காலியில் சென்று உட்கார்ந்துகொண்டான். அவனுக்கு என்ன செய்வது என்று தெரியவில்லை; கிளம்பி ஊருக்குப் போவதா இல்லை, பிரச்சினை தீரும் வரை இங்கேயே இருப்பதா என்று. கிரிஸ்டோ செய்வதையெல்லாம் பார்த்தால் எரிச்சலாக இருந்தது.

எப்போது ஊரிலிருந்து வந்தாலும் ‘மாமா’ என்று ஆசையாக ஓடிவருபவன் அருகிலேயே எதிரியைப் போல் முறைத்துக்கொண்டிருப்பது சங்கடமாகவும் கோபமாகவும் இருந்தது. மேலும் கிரிஸ்டோவைப் பற்றிய அவன் அபிமானம் முழுவதுமாக மாறிவிட்டிருந்தது. அவன் ஏதாவது ஒரு பெண்ணை வைத்துக்கொண்டிருந்தாலும் வயதுக்கோளாறு என்று புரிந்துகொள்ளலாம். இதை

என்னவென்று எடுத்துக்கொள்வது என்று தீவிரமாக யோசித்துக்கொண்டிருந்தான்.

அவன் எண்ணவோட்டத்தைக் கலைப்பதுபோல் கிரிஸ்டோவின் செல்போன் ஒலித்தது. அவனும் ஏதோ எண்ணத்திலிருந்து மீண்டு செல்போனைத் தேடினான். அது, கட்டிலுக்குக் கீழே கிடந்தது. அவன் அதை எடுத்துப் பார்த்துக்கொண்டிருந்தான். புது எண்ணிலிருந்து வாட்சாப் மெஸேஜ் வந்திருந்தது. குழப்பமாக அதை ஓப்பன் செய்ய உள்ளே ஒரு வீடியோ இருந்தது. அதன் பிளே பட்டனை அழுத்தியதும் அது தரவிறங்க ஆரம்பித்தது. கிரிஸ்டோ அதன் சுழற்சியையே பார்த்துக்கொண்டிருந்தான். தாஸூம் அவனையே பார்த்துக்கொண்டிருந்தான். முழுவதுமாகத் தரவிறங்கி வீடியோ ஓட ஆரம்பித்தது. தாஸ் கிரிஸ்டோவின் முகத்தையே பார்த்துக்கொண்டிருந்தான். அது கொஞ்சம் கொஞ்சமாக விகாரமாக மாறிக்கொண்டிருந்தது. அவன் கிரிஸ்டோவை நெருங்கி போனைப்பார்த்தான். அதில் ஜோசப் பிஜேஷை அடித்துத் துரத்துவது வீடியோவாக ஓடிக்கொண்டிருந்தது. ஏதோ ஒரு வீட்டின் மாடியிலிருந்து அந்த வீடியோ எடுக்கப்பட்டிருந்தது.

கிரிஸ்டோவைத் தடுப்பதா வேண்டாமா என்று தாஸ் யோசித்துக்கொண்டிருந்தான். கோபம் தலைக்கேறிய கிரிஸ்டோ கத்திக்கொண்டே எழுந்தான். பயந்துபோன தாஸ் அவனைத் தடுக்க முயன்றான். கிரிஸ்டோ ஆக்ரோஷமாக தாஸின் முகத்தில் ஒரு குத்துவிட்டான். தாஸின் மூக்கு உடைந்து ரத்தம் கொட்டியது. அவன் அப்படியே மூக்கைப் பிடித்துக்கொண்டு உட்கார்ந்தான். கிரிஸ்டோ வேகமாக உடைகளைப் போட்டுக்கொண்டு ஒரு பேக்கில் தன் துணிகளையும் தன் சர்ட்டிபிகேட்களையும், கையில் கிடைத்த பணத்தையும் எடுத்துக்கொண்டு புறப்பட்டான். மூக்கைப் பிடித்துக்கொண்டு இதையெல்லாம்

பார்த்துக்கொண்டிருந்த தாஸைப் பார்த்ததும் அவனுக்கு மீண்டும் ஆத்திரம் வர அவன் முகத்தை எட்டி உதைத்தான். அவன் அய்யோ என்று கத்தும் சத்தம் கேட்டு செலினா படியேறி வந்தாள்.

எதிரில் ஆக்ரோஷமாக வந்த கிரிஸ்டோவைப் பார்த்ததும் அப்படியே ஒதுங்கி நின்றாள். அவன் அவளைக் கண்டுகொள்ளாமல் படியிறங்கிச் சென்றான். கீழே ஜோசப் அவனைப் பார்த்ததும் எழுந்து தடுக்க வந்தார். அவரை ஒரே தள்ளில் கீழே தள்ளிவிட்டு ஆணியில் மாட்டியிருந்த கார் சாவியை எடுத்துக்கொண்டு புறப்பட்டான். கீழே விழுந்துகிடந்த ஜோசப்பை ஓடிவந்து தூக்கிவிட்டாள் செலினா. ஜோசப் ஆத்திரமாகக் கத்திக்கொண்டிருந்தார்.

"அந்த நாய இனிமே இந்த வீட்டுல விடாத. இனிமே அவன நான் பார்த்தன்னா கொன்னுட்டு ஜெயிலுக்குத்தான் போவேன். எச்சப் பொறுக்கி" என்று அவர் பாட்டுக்குக் கத்திக்கொண்டிருந்தார். செலினா என்ன செய்வதென்று தெரியாமல் நின்றுகொண்டிருந்தாள். "அக்கா" என்று பின்னாலிருந்து குரல் கேட்க இருவரும் திரும்பிப்பார்த்த போது முகம் முழுக்க ரத்தம் வழிய தாஸ் படியிறங்கிக் கொண்டிருந்தான்.

கிரிஸ்டோ வேகமாகக் காரைச் செலுத்தினான். எதிரில் வருவது எதுவுமே அவன் கண்களுக்குத் தெரியவில்லை. அவன் மனதில் அந்த வீடியோவே ஓடிக்கொண்டிருந்தது. உள்ளாடையுடன் ரத்தம் ஒழுக பிஜேஷ் அடிவாங்கிக் கொண்டிருந்த அந்தக் காட்சி அவன் மனதில் திரும்பத் திரும்ப ஓடி அவனை நொறுக்கிக்கொண்டிருந்தது. அவன் கண்களில் இருந்து கண்ணீர் வழிந்தவாறு இருந்தது. திடீரென்று ஏதோ குறுக்கே வருவது போல் இருக்க பிரேக் அடித்தான். கார் ஒரு டூ-வீலரில் மோதியிருந்தது. டூவீலர்க்காரன் இறங்கிவந்து கார்க் கண்ணாடியை

வேகமாகத் தட்டினான். சுற்றியிருந்தவர்கள் அவனை ஆபாசமாகத் திட்டிக்கொண்டிருந்தனர். அதையெல்லாம் நின்று கேட்கக்கூடிய மனநிலையில் அவன் இல்லை. காரை மீண்டும் வேகமாகச் செலுத்தினான். எங்கே போவது என்று புரியாமல் பிறகு பிஜேஷ் வீட்டிற்குப் போகலாம் என்று முடிவெடுத்து அங்கே சென்றான். வீடு பூட்டியிருந்தது. யாரை விசாரிப்பது என்று தெரியவில்லை. அவனுக்கு பிஜேஷை நினைத்தால் பயமாக இருந்தது. எங்கே போயிருப்பான். ஒருவேளை அவன் இந்த வீடியோவைப் பார்த்திருந்தால், நினைத்துப்பார்க்கவே பயமாக இருந்தது. ஏற்கனவே அவன் காரிலிருந்து குதித்தது நினைவிற்கு வந்தது.

காரை எடுத்துக்கொண்டு இலக்கில்லாமல் சுற்றினான். அவர்கள் வழக்கமாகப் போகும் பாருக்குச் சென்றான். அங்கே அவர்களுக்கு வழக்கமாக சப்ளை செய்யும் சப்ளையர் இவனைப் பார்த்ததும் சிரித்தவாறே அருகில் வந்து, "சொல்லுங்க சார்" என்றான். கிரிஸ்டோ பிஜேஷைப் பற்றி விசாரித்தான். அவன் அங்கு வரவில்லை என்று தெரிந்ததும் அங்கிருந்து புறப்பட்டு வெவ்வேறு இடமாகச் சுற்றினான். பயம் அதிகரித்துக்கொண்டே இருந்தது. வண்டியை ஒரு பெட்டிக்கடையில் நிறுத்தி அன்றைய தினசரியை வாங்கினான். அங்குலம் அங்குலமாக மேய்ந்தான். எந்தச் செய்தியும் கிடைக்கவில்லை. தலைசுற்றுவது போல் இருந்தது. நேற்றிலிருந்து தான் ஒன்றும் சாப்பிடாதது நினைவிற்கு வந்தது. பக்கத்தில் இருந்த ஒரு ஜூஸ் கடைக்குச் சென்று ஒரு ஆப்பிள் ஜூஸ் சொல்லிவிட்டு அமர்ந்தான். மனம் அமைதியடையவில்லை. இதயம் வேகமாகத் துடித்துக்கொண்டிருந்தது. எங்கே பிஜேஷ், எங்கே பிஜேஷ். என்று அவனுக்குள்ளேயே சொல்லிக்கொண்டிருந்தான். ஏன் இந்த வாழ்க்கைக்கு இத்தனை கட்டுப்பாடுகள் என்று தனக்குள்ளேயே கேட்டுக்கொண்டான். முடிவெடுப்பது மட்டுமே இவர்களுக்கு முக்கியமான வேலையாக இருக்கிறது.

அதை மட்டுமே இத்தனை காலம் செவ்வனே செய்து வந்துள்ளார்கள். இவர்கள் எல்லாருமே மனநோயாளிகளோ என்று நினைத்தான். ஜூஸ் வந்தது. எடுத்துக் குடிக்க ஆரம்பித்தான். அப்போது அவன் அருகே ஒரு டூவீலர் வந்து நின்றது. டூவீலரில் ஒரு பையனும் பெண்ணும் இருந்தனர். அவன் கிரிஸ்டோவிடம் "சார்.. ஆரோவிலுக்கு எப்படிப் போகணும்" என்று கேட்டான். கிரிஸ்டோவிற்குச் சட்டெனப் பொறிதட்ட ஜூஸுக்குப் பணம் கொடுத்துவிட்டு வேகமாகக் காரில் ஏறிப் புறப்பட்டான். அவன் போவதையே பார்த்துக்கொண்டிருந்த டூவீலர்காரன் அவன் போனதும் ஜூஸ் கடைக்காரனிடம் மீண்டும் அந்தக் கேள்வியைக் கேட்டான்.

21

இருவரும் எதுவும் பேசிக்கொள்ளவில்லை. பிஜேஷ் அமைதியாக கடலையே பார்த்துக்கொண்டிருந்தான். கடற்கரையில் கூட்டமில்லை. அங்குமிங்கும் சில காதலர்கள் நெருக்கமாக அமர்ந்திருந்தனர். ஆரோவில் கடற்கரை பெரும்பாலும் காதலர்களுக்கானது. சுற்றி அமர்ந்திருந்த, விளையாடிக்கொண்டிருந்த, முத்தமிட்டுக்கொண்டிருந்த காதலர்களை கிரிஸ்டோ வேடிக்கை பார்த்தான். இவர்களும் காதலர்கள் தான் என அங்கு யாருக்கும் தெரிந்திருக்க நியாயமில்லை.

இனி என்ன செய்வது என்று தெரியாமல் குழப்பத்தில் இருந்தான் பிஜேஷ். இரண்டு நாட்களாக கடற்கரை, பூங்கா எனச் சுற்றிக்கொண்டிருந்தான். இரண்டு நாட்களாக சரியாகச் சாப்பிடவில்லை, குளிக்கவில்லை. அழுக்கேறிப் போய் இருந்தான். மனம் முழுக்க அவமானத்தால் துவண்டுபோய் இருந்தது. இனி இந்த ஊரில் எப்படி வாழ்வது என யோசனையாய் இருந்தான். எப்படியும் அந்த வீடியோ ஊர் முழுக்கப் பரவியிருக்கும். அம்மா எப்படி அந்த அவமானத்தைத் தாங்கப்போகிறாள். தம்பியும், அப்பாவும் தன்னைக் கொல்லவும் தயங்கமாட்டார்களே எனப் பயமாக இருந்தது. இதனாலேயே இரண்டு நாட்களாக வீட்டுப்பக்கம் போகாமல் இருந்தான். செல்போனும் பிரச்சினை நடந்த அன்று கிரிஸ்டோ வீட்டிலேயே விட்டுவிட்டு வந்ததால், அங்கு என்ன நடந்துகொண்டிருக்கிறது என்றே இரண்டு நாட்களாகத் தெரியாமல் தவித்துக்கொண்டிருந்தான். கிரிஸ்டோவின் எண் மனதில் இருந்தாலும் அவனை அழைக்கப் பயமாக இருந்தது. அவனுக்கு எதுவும் ஆகியிருக்காது என நிச்சயமாக பிஜேஷுக்கு தெரிந்திருந்தது.

ஒருவழியாக இன்று கிரிஸ்டோ தன்னைத் தேடி வந்தது அவனுக்கு மகிழ்ச்சியாக இருந்தாலும், அதைக் காட்டிக்கொள்ளாமல் கடலையே வெறித்துக் கொண்டிருந்தான். கிரிஸ்டோவின் முடிவுக்காகக் காத்திருந்தான். அவன் முடிவிலிருந்தே தன் முடிவு இருக்கும் எனத் தோன்றியது. பிஜேஷ் கடலலைகளோடு தன் எண்ண அலைகளைக் கலந்துகொண்டிருந்தான். அதற்குள் இருட்டத் தொடங்கியிருந்தது. கூட்டம் மெல்லக் கரையத்தொடங்கியது. பிஜேஷ் மெல்லத் திரும்பிப்பார்த்தான். சற்றுத் தள்ளி ஒருவன் மணலில் உட்கார்ந்து அழுதுகொண்டிருந்தான்.

கிரிஸ்டோ, எப்படிப் பேச்சை ஆரம்பிப்பது என்று குழம்பிக்கொண்டிருந்தான். இருவரும் அதில் சம்பந்தப்பட்டிருந்தாலும் பிஜேஷ் மட்டுமே ஊர் முழுக்க அவமானப்பட்டுக் கொண்டிருக்கிறான் என்று நினைக்கும் போது கிரிஸ்டோவிற்குக் குற்றவுணர்ச்சி ஏற்பட்டது. இதுவரை ஆயிரக்கணக்கான பேர் அந்த வீடியோவைப் பார்த்துவிட்டிருந்தனர். அதில் பலர் இருவருக்கும் தெரிந்தவர்கள். பலர் கமெண்ட் செய்திருந்தனர். எதற்காக இப்படி நடந்தது என்று பலருக்கும் தெரிந்திருந்தது. இனி இங்கு இருக்கவே கூடாது என்று கிரிஸ்டோ தீர்மானித்திருந்தான். எப்படியாவது பிஜேஷைச் சம்மதிக்கவைத்து கூட்டிக்கொண்டு சென்றுவிட வேண்டும் என்று முடிவெடுத்து பிஜேஷிடம் மெல்லப் பேச ஆரம்பித்தான்.

"தேவையானதெல்லாம் நான் எடுத்துகிட்டு வந்துட்டேன். நீ வீட்டுக்குப் போய் உன் சர்ட்டிபிகேட்ஸ்லாம் கொண்டுவந்துடு. நாம இங்க இருந்து நேரா சென்னைக்குப் போறோம். எங்கப்பா கடைய ஒன்பது மணிக்குச் சாத்திடுவாங்க. பத்து மணிக்கு காரைக் கடை வாசல்ல விட்டுட்டு நாம பஸ் ஏறிடலாம். என்ன சொல்ற?"

பாரிஸ் ● 169

"இது வேலைக்கு ஆகும்ன்னு நினைக்கறயா?"

"ஏன்.. என்னாச்சு இப்போ?"

"அந்த வீடியோவ இதுவரைக்கும் கிட்டதட்ட ஒரு லட்சம் பேரு பாத்திருக்காங்க. எங்க போனாலும் என்னையக் கண்டுபிடிச்சிடுவாங்க. பாண்டிலயே என்ன நிறைய பேருக்குத் தெரிஞ்சிருக்கு."

"எவ்வளவோ கேவலங்கள அடுத்தவங்களுக்குப் பண்ணிட்டு அவனவன் நிம்மதியா சுத்தறான். நாம யாருக்கு என்ன பண்ணோம். லவ் பண்ணோம். அது நம்ம பர்சனல். நம்மளப் பார்த்துச் சிரிக்க எவனுக்கும் தகுதி கிடையாது. அதப்பத்தியெல்லாம் இனிமே யோசிக்க வேண்டாம். இனிமேலும் இவங்களுக்குப் பயந்து வாழ முடியாது. நாம சம்பாரிச்சா, நம்ம கிட்ட பணம் இருந்தா தைரியம் நமக்குத் தானா வந்துடும். பணம்தான் தைரியம். பணம் இருக்கறவன் செய்யறதுலாம் சரி."

"நான் எப்படி வீட்டுக்குப் போறது. கண்டிப்பா என் தம்பி வீடியோவ எங்க அப்பா, அம்மாகிட்ட காண்பிச்சிருப்பான். அவங்க மூஞ்சில எப்படி முழிக்கறது."

"இப்படியே மாத்தி மாத்திப் பேசிக்கிட்டு இருக்கறதுல எந்தப் பிரயோஜனமும் இல்ல. கிளம்பு.. என்ன ஆனாலும் பரவாயில்ல. நாம இன்னிக்கு நைட்டு கிளம்பறோம்."

கூட்டம் முழுவதுமாகக் குறைந்திருந்தது. அங்கொருவர் இங்கொருவர் என மக்கள் நடமாடிக்கொண்டிருந்தனர். பிஜேஷ் திரும்பிப் பார்த்தான். சற்றுத்தள்ளி உட்கார்ந்து அழுதுகொண்டிருந்தவன் இப்போது மெல்ல எழுந்து கடலை நோக்கி நடந்துகொண்டிருந்தான். பிஜேஷ் அவனையே பார்த்துக்கொண்டிருந்தான். அவனது நோக்கம் மெல்லப் பிடிபடத்தொடங்க,

“டேய்.. வாடா” என கிரிஸ்டோவின் தொடையில் தட்டிவிட்டு வேகமாக எழுந்து அவனை நோக்கி ஓடினான். பிஜேஷ் ஓடும் திசையைப் பார்த்ததுமே கிரிஸ்டோவிற்கு என்ன நடக்கிறது என உறைக்க, அவனும் எழுந்து வேகமாக ஓடினான். அதற்குள் அவன் அலைகளைக் கடந்து முன்னேறிக் கொண்டிருந்தான். பிஜேஷ் வேகமாகச் சென்று அவனைப் பிடித்து இழுக்க முயன்றுகொண்டிருக்க, அதற்குள் கிரிஸ்டோவும் வந்து சேர்ந்துகொண்டான். இருவரும் அவன் இரு தோள்பட்டையைப் பிடித்துக் கரைக்கு இழுக்க முயன்றுகொண்டிருந்தனர். அலைகள் மாறி மாறி அடித்து மூவரையும் கீழே தள்ளியது. இருந்தாலும் இருவரும் பிடியை விடாமல் இறுக்கமாகப் பிடித்திருந்தனர். அவன் சோர்ந்து போய் எதிர்ப்புக்காட்டுவதை நிறுத்தியபின், இருவரும் அவனைச் சுலபமாக இழுத்துவந்து கரையில் போட்டனர். மூவருக்கும் பலமாக மூச்சு வாங்கியது. அவன் மணலில் படுத்திருக்க இருவரும் அவன் அருகில் அமர்ந்தனர். மூவருக்கும் மூச்சு சீராக சில நிமிடங்கள் எடுத்தது.

அவன் மெல்ல எழுந்து உட்கார்ந்தான். பிஜேஷ் அவனையே பார்த்துக்கொண்டிருந்தான். அவன் எங்கோ பார்த்துக்கொண்டே, “உங்க வேலையப் பார்த்துனு போவ வேண்டியது தான” என்றான்.

பிஜேஷ் அவன் கன்னத்தில் ‘பளார்’ என ஓர் அறைவிட்டான். கிரிஸ்டோ ஒரு முறை திரும்பிப் பார்த்துவிட்டு மீண்டும் கடலையே வெறித்துக்கொண்டிருந்தான். அறை வாங்கியவன் அழத் தொடங்கினான். சிறிது நேரம் அழுதுவிட்டு அமைதியானான். பிறகு மூவரும் அமைதியாகக் கடலையே பார்த்துக்கொண்டிருந்தனர். சற்று நேரத்திற்கு முன் மூவருக்குமே மனதில் அந்த எண்ணம் தான் ஓடிக்கொண்டிருந்தது என்றாலும், இப்போது கிரிஸ்டோவும்

பிஜேஷும் ஒருவனைக் காப்பாற்றியதால் வேறு ஒரு மனநிலைக்கு ஆட்பட்டிருந்தனர்.

“உன் பேரு இன்னாடா?” என்றான் கிரிஸ்டோ.

“ரஃபி”

“எந்த ஏரியாடா?”

“உப்பளம்”

“சரி கிளம்பு.. எங்களுக்கு வேல இருக்கு. உன்ன இங்கயே விட்டுட்டுப் போக முடியாது.”

அவன் அமைதியாக அமர்ந்திருந்தான். கிரிஸ்டோவிற்கு எரிச்சலாகியது. பிஜேஷைத் தொடர்ந்து இவனும் எது கேட்டாலும் அமைதியாக கடலையே பார்த்துக் கொண்டிருப்பது வெறுப்பாக இருந்தது.

“ம்.. எழுந்திருங்க” என்றான் இருவரையும் பார்த்து எழுந்துகொண்டே. அவன் எழுந்ததும் இருவரும் மறு பேச்சில்லாமல் எழுந்தனர். கிரிஸ்டோ முன்னால் நடக்க இருவரும் அவனைப் பின் தொடர்ந்தனர். கடல் காற்று தனித்து விடப்பட்டது.

மூவரும் காருக்குள் வந்தனர். கார் முழுவதும் மூடப்பட்டதும் மூவருக்கும் மயானத்திற்குள் நுழைந்தது போலவும் ஏதோ ஒரு குழிக்குள் தனித்து இறக்கிவிடப்பட்டது போலவும் இருந்தது. சம்பந்தமில்லாமல் திடீரென உண்டான குளிர் இதயத்துடிப்பை அதிகரித்தது. அடுத்தது என்ன என்ற கேள்வியை மட்டுமே தாங்கிக்கொண்டு மூவரும் அமைதியாக இருந்தனர். அதற்கு அறிகுறியாக காரும் சில நொடிகள் அசைவற்று நின்றுகொண்டிருந்தது. எதுவும் எப்போதும் அப்படியே இருந்துவிடுவதில்லையே. கார் மெல்ல நகரத்தொடங்கியது.

மூவரும் காரில் சென்றுகொண்டிருந்தனர். யாரும் யாரிடமும் பேசிக்கொள்ளவில்லை. கிரிஸ்டோவிற்கு இது வேண்டாத வேலையாக இருந்தாலும், தெரிந்தே அவனைச் சாகவிட விரும்பவில்லை. அவன், ஏன் சாகப்போனான் என்று கேட்கவும் தோன்றவில்லை. ஏதோ இருக்கும். எல்லோருக்கும் ஏதோ ஒன்று இருந்துகொண்டுதானே இருக்கிறது. என்ன செய்ய முடியும் நம்மால் என்று நினைத்துக்கொண்டான். அவன் வழக்கமாக ஓட்டும் வேகத்தில் இல்லாமல் நிதானமாகக் காரை ஓட்டினான். அவன் ஒரு நிதானத்திற்கு வந்திருந்தான்.

ஏதோ யோசித்துக்கொண்டிருந்த ரஃபி, மெதுவாக தன் பேண்ட் பின் பாக்கெட்டில் இருந்த பர்ஸை எடுத்தான். பர்ஸ் முழுக்க நனைந்திருந்தது. அதனுள் இருந்த புகைப்படத்தைப் பார்த்து அழ ஆரம்பித்தான். கதறியெல்லாம் அழவில்லை. அழுவதற்கு அடையாளமாக அவன் கண்களில் நீர் வழிந்துகொண்டிருந்தது. ரஃபி பார்ப்பதை கிரிஸ்டோ ஓரக்கண்ணால் பார்த்தான். அந்தமுகம் அவனுக்கு நினைவில் இருந்தது. தனக்குப் பார்த்திருப்பதாய் அம்மா தாஸிடம் கொடுத்தனுப்பிய பெண்ணின் புகைப்படம். கிரிஸ்டோ மனதிற்குள் சிரித்துக்கொண்டான். வாழ்க்கை எவ்வளவு பெரியதோ அவ்வளவு குறுகியது என்று தோன்றியது. ஒன்றே தான் நிராகரிக்கவும்படுகிறது, அதுவே தான் விரும்பவும்படுகிறது, கடைசியில் கிடைக்காமலும் போகிறது. விரும்புபவனையும், நிராகரிப்பவனையும் அருகருகே அமரச்செய்வதுதான் காலத்தின் அற்புத விளையாட்டு போல. இது எதுமே கவனிக்காமல் பின் சீட்டில் பிஜேஷ் வேடிக்கை பார்த்துக்கொண்டு வந்தான்.

கார் ஈசிஆர் சாலை வழியாகச் சென்றுகொண்டிருந்தது. எப்படி உப்பளம் செல்வது என்று யோசித்து ஒரு முடிவுக்கு வந்தவனாய் கிரிஸ்டோ சென்றுகொண்டிருந்தான்.

கார் நெல்லித்தோப்பை அடைந்து புவன்கரே வீதியில் நுழைந்தது. ஆலை ரோட்டைப் பிடித்து உப்பளம் சென்று விடலாம் என்று கிரிஸ்டோ தீர்மானித்திருந்தான். வண்டியில் பெட்ரோல் மிகக்குறைவாக இருந்ததை ரயில்வே கேட்டைத்தாண்டும் போது தான் கவனித்தான். சிறிது தூரம் சென்றதும் ஒரு பெட்ரோல் பங்க் வர அதனுள் நுழைந்து காருக்கு பெட்ரோல் போடும் இடத்தில் நிறுத்தினான்.

பெட்ரோல் போடும் இடத்தில் யாரும் இல்லை. கிரிஸ்டோ கீழே இறங்கினான். சுற்றும் முற்றும் பார்த்தான். பக்கத்தில் ஒருவர் பைக்குக்கு பெட்ரோல் போட்டுக்கொண்டிருந்தார். இவனைப்பார்த்து இரண்டு நிமிடம் என்பது போல் சைகை செய்தார். கிரிஸ்டோ சுற்றிப்பார்த்தான். இரவு தொடங்கியிருந்தது. வாகனங்கள் அவசரகதியில் வீடுகளுக்குச் சென்றுகொண்டிருந்தன. இனி, வீடு நோக்கிச் செல்வது தனக்கு சாத்தியம் இல்லை என நினைத்துக் கொண்டான். தூரத்தில் பெட்ரோல் போடும் பையன் வந்துகொண்டிருந்தான். அவனை எங்கோ பார்த்த மாதிரி இருந்தாலும், எங்கே என்றெல்லாம் யோசிக்கத் தோன்றவில்லை.

அசோக் நேராக காரின் அருகே வந்து, "எவ்ளோ மிஸ்ஸே" என்றான். அதிகம் செலவழிக்க கிரிஸ்டோ விரும்பவில்லை.

"எரநூறு" என்றான்.

பெட்ரோல் போட்டுக்கொண்டே, அசோக் காரில் இருந்த ஒவ்வொருவரையும் பார்த்தான். அவனுக்கு ரஃபியை அடையாளம் தெரிந்தது. என்ன நடந்திருக்கும் என்று ஊகித்திருந்தான். ஆனால், கிரிஸ்டோவை அவனுக்கு அடையாளம் தெரியவில்லை. பெட்ரோல் போட்டு முடித்து பணத்தை வாங்கிக்கொண்டே தூரத்தில் கடையில் நின்றிருந்த டைலரைப் பார்த்துக் கையசைத்தான்.

கிரிஸ்டோ காரை இயக்கி ஆலை ரோட்டில் திரும்ப முயன்றுக் கொண்டிருந்தான். புகைப்படத்தையே பார்த்துக் கொண்டிருந்த ரஃபி சட்டென அதைத் தூக்கியெறிந்தான். கார் வேகமெடுத்தது. காரிலிருந்து ஏதோ விழுந்ததைக் கவனித்த அசோக் அதை எடுக்கச் சென்றான். தூரத்திலிருந்து டைலர் அவனையே பார்த்துக்கொண்டிருந்தார்.